काव्यज्योती

संपादक

भ. व्यं. देशमुख

परिचय-लेखक

वि. स. खांडेकर

मेहता पब्लिशिंग हाऊस

- *या पुस्तकातील लेखकाची मते, घटना, वर्णने ही त्या लेखकाची असून त्याच्याशी प्रकाशक सहमत असतीलच असे नाही.*

KAVYAJYOTI by V. S. KHANDEKAR

काव्यज्योती : वि.स. खांडेकर / काव्यसंग्रह

संपादक : भ. व्यं. देशमुख

© सुरक्षित

मराठी पुस्तक प्रकाशनाचे हक्क मेहता पब्लिशिंग हाऊस, पुणे.

प्रकाशक : सुनील अनिल मेहता, मेहता पब्लिशिंग हाऊस,
१९४१, सदाशिव पेठ, माडीवाले कॉलनी, पुणे - ४११०३०.

मुखपृष्ठावरील
छायाचित्र : रवींद्र व्होरा, सांगली

प्रकाशनकाल : प्रथमावृत्ती : १९३९/ द्वितीयावृत्ती : १९४७ /
तृतीयावृत्ती : जानेवारी, १९९७ / पुनर्मुद्रण : नोव्हेंबर, २०१३

ISBN 81-7161-648-8

दोन शब्द

'काव्यज्योती' या छोट्या कवितासंग्रहाची पहिली आवृत्ती १९३९ साली निघाली. अनेक शाळांनी मोठ्या प्रेमाने या पुस्तकाचे स्वागत केल्यामुळे ती लवकरच संपून गेली. काही आवश्यक सुधारणा करून दुसरी आवृत्ती त्वरित प्रकाशित करायचा आमचा विचार १९४२पासून चालला होता, पण गेल्या पाच वर्षांत मोठमोठ्या राष्ट्रांप्रमाणे तुमच्या-आमच्यासारख्या छोट्या माणसांनाही मनातल्या मनात युद्धोत्तर योजना आखण्यापलीकडे दुसरे काहीच करता आले नाही!

या काळात एक लोकरी कोट करायचा असला, तरी सामान्य संसारी मनुष्य मनात म्हणत असे,

'पंचवीस रुपये वार कापड घेऊन आणि शिंप्याला तीस-चाळीस रुपये दक्षिणा देऊन आजच कोट शिवायची इतकी काय जरुरी आहे? ही लढाई जन्मभर थोडीच चालणार आहे? ती संपली, म्हणजे स्वस्ताई होईल आणि मग आपण थोड्या पैशांत असा सुंदर कोट शिवून टाकू, की रस्त्याने जाणारे-येणारे लोक आपल्याकडे टकमक पाहतच राहतील.'

पण बिचाऱ्याला शेख महंमदानेसुद्धा हसावे, अशी त्याच्या या मनोराज्याची स्थिती झाली. युद्ध संपल्याचे वर्तमानपत्रावरून त्याला कळले पण बाजारात पाऊल टाकले रे टाकले की वर्तमानपत्रातल्या इतर अनेक बातम्यांप्रमाणे हीही बातमी खोटी असली पाहिजे, असे राहून-राहून त्याच्या मनात येऊ लागले. युद्धकाळापेक्षाही युद्धोत्तर काळात महागाई वाढली. त्याने नवा लोकरी कोट करावा, अशी जीना, चर्चिल, ट्रूमन, स्टॅलिन वगैरे बड्या लोकांची काही इच्छा दिसेना! अजूनही थंडीच्या दिवसांत कुडकुडत लोकरी कोट करण्याचा बेत बापडा करीत बसला आहे!

'काव्यज्योती'चे थोडेसे असेच झाले. विद्यार्थिवर्गात प्रिय झालेले हे पुस्तक पूर्ववत स्वस्त द्यावे, म्हणून प्रकाशक वाट पाहत राहिले पण शिमगा गेला, तरी कवित्व मागे राहते ना? युद्ध संपले, तरी त्याची सख्खी बहीण महागाई अजून तशीच रेंगाळत राहिली आहे. या आक्काबाईला

सारे जग पादाक्रांत करण्याच्या राक्षसी वेडाने पछाडलेले दिसते. अशा स्थितीत अधिक वाट पाहण्यात अर्थ नाही, म्हणून ही आवृत्ती प्रकाशक रसिकांना सादर करीत आहेत.

'काव्यज्योती'च्या पहिल्या आवृत्तीच्या आरंभी संपादक श्री. भ. व्यं. देशमुख यांनी या पुस्तकाचा इतिहास खालील शब्दांत निवेदन केला होता :

'खासगी शाळा, हिप्परगे' या राष्ट्रीय शिक्षण-संस्थेत जेव्हा मी विद्यार्थी या नात्याने शिकत होतो, तेव्हाच या संग्रहातील बऱ्याचशा कविता आम्हाला शिकविल्या गेल्या. विद्यार्थ्यांना साहित्याची गोडी लागावी, त्यांच्या ठिकाणी देशभक्ती, भाषाभिमान, परोपकार, तत्त्वनिष्ठा इत्यादी अनेक सद्गुणांचा विकास व्हावा, म्हणून संस्थेतील आमच्या पूज्य गुरुजनांनी ज्या कविता आम्हास शिकविल्या व ज्या आम्ही अद्यापिही त्याच हेतूने संस्थेतील विद्यार्थ्यांस शिकवितो, त्यापैकी काही निवडक सरस कवितांचा एक संग्रह प्रसिद्ध करावा, अशी संस्थेचे संस्थापक श्री. व्यंकटराव वकील, लोहारा व श्री. अनंत गोविंद कुलकर्णी यांची फार दिवसांची इच्छा होती. ती बऱ्याच उशिरा का होईना, पण पुरी होण्याचा योग आला, याबद्दल आम्हास अत्यानंद होत आहे.

हा संग्रह प्रसिद्ध करण्याचा उद्देश असा की, अशा तऱ्हेच्या उदात्त भावनांनी ओथंबलेल्या सुरस कविता एकत्र ग्रंथित करून मराठी वाचकवर्गापुढे सादर करता याव्यात व त्याचदृष्टीने यातील कवितांची निवड केली आहे. यातील प्रत्येक कविता अनेक साहित्यगुणांनी नटलेली व उच्च भावनांनी ओतप्रोत भरलेली अशी आहे. ती रंजन तर करीलच, पण त्याबरोबरच हळुवार, कोमल भावना जागृत करून वाचकास एका उच्च वातावरणात नेईल. वाङ्मयाविषयी अभिरुची निर्माण करील व बुद्धीवर काहीतरी विशेष संस्कार करील.

कविता अधिक सुबोध व्हाव्यात, म्हणून प्रत्येक कवितेस लहानसा परिचय जोडला आहे. कविमनाची पार्श्वभूमी समजून घेऊन रसग्रहण करणे सुलभ व्हावे, हाच त्याचा उद्देश आहे. याखेरीज पुस्तक चांगले व्हावे, म्हणून शक्य तितकी काळजी घेतली आहे. मराठी वाचकवर्ग व विशेषतः शिक्षक आणि विद्यार्थिवर्ग याचे प्रेमाने स्वागत करील, अशी आशा आहे. पारतंत्र्यात खितपत पडलेल्या राष्ट्रातील विद्यार्थ्यांच्या भावनाप्रधान वृत्तीस फुंकर घालून त्यांना चेतविण्याचे कार्य केले, तर ही 'काव्यज्योती' वाङ्मयक्षेत्रात अमर होऊन राहील.

पहिल्या आवृत्तीत मराठी विभागाबरोबर हिंदी विभाग म्हणून तीन हिंदी कवितांचा या संग्रहात समावेश करण्यात आला होता. दहा वर्षांपूर्वी हिंदीची गोडी महाराष्ट्राला नुकती कुठे लागू लागली होती. त्यामुळे जेवायला गेलेल्या सुवासिनीने बरोबर आपले लहान मूल घेऊन जावे, त्याप्रमाणे या ईन मीन तीन हिंदी कविता मराठी कविता-संग्रहात शोभून गेल्या; पण गेल्या दशकाने केवळ राजकारणातच नव्हे, तर इतर गोष्टींतही अनपेक्षित बदल घडवून आणले आहेत. केवळ शाळेच्या चिमण्या जगातच नव्हे, तर शाळेबाहेरच्या विशाल व्यवहारातही हिंदीला मानाचे स्थान मिळू लागले आहे. तिचा अभ्यास मोठ्या हौसेने केला जात आहे. दहा वर्षांपूर्वी हिंदीच्या पुसट परिचयामुळे न्यू थिएटर्सचे चांगले चित्रपट जिथे दोन-तीन आठवडे चालू शकत नसत, तिथे सर्वसामान्य हिंदी चित्रपट आज आठ-दहा आठवडे ठाण मांडून बसू लागले आहेत. हे सर्व लक्षात घेता, राष्ट्रीय भावनांनी रसरसलेल्या हिंदी कवितांचा स्वतंत्र संग्रहच होणे इष्ट आहे असे वाटून, या आवृत्तीतून पूर्वीच्या हिंदी कविता गाळण्यात आल्या आहेत.

पहिल्या आवृत्तीतली एक कविता या आवृत्तीत गाळली असून, दुसरी एक बदलली आहे. शिवाय केशवसुत, केशवकुमार, कुसुमाग्रज प्रभृति कवींच्या पाच नवीन कवितांचा समावेश या आवृत्तीत करण्यात आला आहे. या कविता निवडताना अनेक रसपूर्ण स्फूर्तिपद कवने माझ्या डोळ्यांपुढे उभी होती. उदाहरणार्थ, केशवसुतांची 'नवा शिपाई' ही मानवधर्माचा पुरस्कार करणारी कविता मी या संग्रहात घेतली असली, तरी अन्यायाचा प्रतिकार करण्याची शिकवण देणारी त्यांची 'गोफण' मला तिच्याहून कमी आवडते असे मात्र नाही. 'क्रांतीचा जयजयकार' ही कुसुमाग्रजांची कविता विशेष लोकप्रिय झालेली असली, तरी तिच्या तोडीची अनेक कवने त्यांच्या तेजस्वी प्रतिभेतून निर्माण झाली आहेत. अशावेळी निवड करणाऱ्याची मन:स्थिती सुंदर वस्तूंनी भरलेल्या दुकानासमोर चार आणे हातात घेऊन उभ्या राहिलेल्या बालकासारखी होते. त्या बाळजिवाला दुकानातल्या अनेक चांगल्या चांगल्या वस्तू विकत घ्याव्याशा वाटतात, पण दुकानदार त्याच्या आशाळभूत डोळ्यांकडे कधीच पाहत नाही. त्याचे लक्ष त्या बालकाच्या हातातल्या पैशाकडे असते.

अत्यंत मर्यादित जागेत या संग्रहाचा प्रपंच मांडायचा असल्यामुळे माझ्या आवडीचे काही कवी व अनेक कविता यांचे या संग्रहात मी स्वागत करू शकलो नाही. किमतीत वाढ न करता पृष्ठसंख्येत वाढ

करण्याचा सुयोग पुढल्या आवृत्तीपर्यंत आला, तर त्यावेळी हे वैगुण्य मी अगत्य दूर करीन.

आपल्या बहुतेक शाळांतून स्थूल वाचनाकडे अद्यापि दुर्लक्ष होत असलेले दिसते, पण विद्यार्थ्यांच्या संस्कारक्षम मनाच्या विकासाच्या दृष्टीने 'काव्यज्योती'सारखी पुस्तके त्यांनी स्वच्छंद वृत्तीने वाचणे अत्यंत आवश्यक आहे असे मला वाटते. हे मी धंदेवाईक दृष्टीने- या पुस्तकाशी संबंध असलेला लेखक म्हणून- बोलत नाही. शिक्षक आणि पालक या दोन्ही नात्यांनी मला नेहमी असे वाटत आले आहे, की दहा ते पंधरा वर्षांच्या मुलामुलींच्या मनावर कोमल कल्पनांचे आणि उदात्त भावनांचे जेवढे संस्कार करता येतील, तेवढे समाजाने आवर्जून केले पाहिजेत. जीवनधर्माची जाणीव अंत:करणात लहानपणी न मुरल्यामुळे आजचे जग शांतिसुखाला पारखे झाले आहे. ती दुर्लभ शांती सामान्य माणसांच्या अंत:करणातील मानवतेची भक्ती पाहूनच पुन्हा या जगात अवतार घेईल. अशी भक्ती लहान मुलांच्या मनात निर्माण करण्याची साधने दोनच आहेत- उत्कृष्ट आणि उदात्त काव्य व रामायण, महाभारत, बायबल यांच्यासारखे ग्रंथ!

माझे हे मत ज्यांना मान्य होणार नाही, त्यांनी शांत एकांतात या संग्रहातल्या खालील ओळी स्वत:शी गुणगुणून पाहाव्यात, अशी मी त्यांना विनंती करतो :

'यज्ञी ज्यांनी देऊनि निज शिर
घडले मानवतेचे मंदिर
परी जयांच्या दहनभूमिवर
नाही चिरा, नाही पणती
तेथे कर माझे जुळती'

'ब्राह्मण नाही, हिंदुहि नाही, न मी एक पंथाचा
तेच पतित, की जे आखडिती प्रदेश साकल्याचा'

'पाड सिंहासने दुष्ट ही पालथी
ओढ हत्तीवरुनि मत्त नृप खालती
मुकुट रंकास दे, करटि भूपाप्रति

झाड खटखट् तुझे खड्‌ग क्षुद्रां!
डुमडुमत डमरू ये, खणखणत शूल ये
शंख फुंकीत ये, येई रुद्रा.'

या संग्रहातल्या प्रत्येक कवितेत असे काहीतरी अंत:करणाला विशाल करणारे, मनावरली काजळी झाडून टाकणारे, आत्म्याच्या सुप्त सामर्थ्याला आवाहन देणारे भरले आहे, असे वाचकांना आढळून येईल. अंधारात तारका पाहून मनाला धीर येतो ना? जीवनमार्गावरल्या प्रवाशाला 'काव्यज्योती'तल्या अनेक कविता तशाच वाटतील.

–वि. स. खांडेकर

कोल्हापूर
१२-५-४७

अनुक्रमणिका

महाराष्ट्र-भूपाळी

परिचय

जुन्या काळी पहाटे उठल्याबरोबर प्रत्येकाला परमेश्वराचे नामस्मरण घडावे, या हेतूने भूपाळ्या रचल्या जात असत. 'घनश्याम सुंदरा' ही अशा प्रकारची भावमधुर भूपाळी सर्वपरिचित आहेच. पण काळाबरोबर ईश्वराचे रूपही बदलत जाते. देश हाच आपल्या आयुष्यातला परमेश्वर या भावनेने जीवनाकडे पाहण्याची दृष्टी आपल्या समाजात आता उत्पन्न झाली आहे.

'महाराष्ट्र-भूपाळी' ही कविता या नवीन दृष्टीचीच द्योतक आहे. पहिल्या कडव्यात कवी महाराष्ट्राचे भौगोलिक माहात्म्य वर्णन करतो; दुसऱ्यात 'विळा-कोयतीच जयांची काय ती हत्यारे' असा ज्या मावळे-मराठ्यांचा विनायक कवीने उल्लेख केला आहे, त्यांच्या वीरश्रीला तो वंदन करतो; तिसऱ्यात ज्यांचा कुठल्याही राष्ट्राला अभिमान वाटावा, त्या शिवछत्रपतींच्या पराक्रमापुढे तो भक्तिभावाने मस्तक नम्र करतो; चौथ्या कडव्यात ज्ञानेश्वरांपासून मोरोपंतांपर्यंत विकास पावत आलेली मातृभाषा आणि ज्ञानेश्वरांपासून चोखा मेळ्यापर्यंतचे सद्भावनांचा परिपोष करणारे सर्व जातींचे संतमंडळ, यांच्या पायांवर तो आपले डोके ठेवतो. शेवटच्या कडव्यातील मुक्ताबाई, जनाबाई, अहल्याबाई, रमाबाई व लक्ष्मीबाई या विविध पराक्रम गाजविणाऱ्या स्त्री-पंचायतनाचा उल्लेख कवीचे चातुर्य दर्शवितो.

गोविंदाग्रजांच्या महाराष्ट्र-गीताप्रमाणे यात अर्वाचीन महाराष्ट्राच्या कर्तृत्वाचा उल्लेख नाही किंवा शब्दांची व कल्पनांची आकर्षक जडणघडणही नाही. तथापि, 'अलंकार जयाचे पैठण पंढरपुर', 'नच जात पाहतो भक्तांची ईश्वर', 'गतवीरांची पुण्य चरित्रे गाउनि अंगाई । बाळा करिते महाराष्ट्राची भगिनी वा आई' असल्या ओळींमुळे या वर्णनात्मक कवितेतही मधूनमधून भावरम्यतेची चमक निर्माण झाली आहे.

-१-

प्रभावशाली, परम मंगला महाराष्ट्र देशा ।।
तुला प्रभाती प्रसन्न हृदये प्रणाम, परमेशा ।।धृ.।।
सह्याद्रीच्या सहस्त्रशिखरी उन्नत झालेला ।।
गोदा, कृष्णा, भीमा ह्यांनी पुनीत केलेला ।।
पश्चिम सिंधु बंधु पाठिशी पूर्वोदधि जामात ।।
विंध्याद्रीची उंची लक्षी सातपुडा प्रांत ।।
अलंकार जयाचे पैठण पंढरपुर ।
आळंदी चाफळ देहू तुळजापुर ।
की पुणे रायगड शिवनेरी सुंदर ।
रजःकणाला लावुनि भाली, महाराष्ट्र देशा ।।
तुला प्रभाती प्रसन्न हृदये प्रणाम, परमेशा ।।

-२-

वरी, नाचणी, भात पिकवितो कोकणचा प्रांत ।।
गहू, बाजरी, कापुस, शाळू देशावर होत ।।
कांबळ खांदी, वहाण पायी, डोइस मुंडासे ।।
श्यामलवर्णी सान रूप तव सोज्ज्वळ मज भासे ।।
ते विळे-कोयते शस्त्रे ही हातिची ।
ती बटे ठेंगणी भीमेच्या काठिची ।
मिळविती धुळीला कीर्ति बादशाहिची ।
वीरांना त्या वंदन अमुचे, महाराष्ट्र देशा ।।
तुला प्रभाती प्रसन्न हृदये प्रणाम, परमेशा ।।

-३-

वीर प्रतापी राय शिवाजी छत्रपती अमुचा ।।
धर्म रक्षण्या एकचि केला घोष स्वराज्याचा ।।
भगवा झेंडा धन्य करी हे आनंद-वन-भुवन ।।
स्वातंत्र्याच्या जरिपटक्याला लक्ष वेळ नमन ।।

पुण्याई उरली शिवभूपाची पुढे
पेशवे पुण्याचे वळले अटकेकडे ।
साम्राज्य मराठी पसरे चोहोंकडे ।
स्मरणे स्फुरते हृदय वाकते, महाराष्ट्र देशा ।।
तुला प्रभाती प्रसन्न हृदये प्रणाम, परमेशा ।।

-४-

भीमा वाही तिच्या सुरावर गाई जी गीत ।।
तीच मराठी भाषा अमुची ठसली हृदयात ।।
ज्ञानेशाची ओवी, अभंग वाणी तुकयाची ।।
श्लोक वामनी जिला भूषवी आर्या मयुराची ।।
एकनाथ, चोखा, गोरा, ज्ञानेश्वर ।
रामदास, तुकया, नामा, मुक्तेश्वर ।
नच जात पाहतो भक्तांची ईश्वर ।
संतमंडळा लववू माथा, महाराष्ट्र देशा ।।
तुला प्रभाती प्रसन्न हृदये प्रणाम, परमेशा ।।

-५-

मुक्ताबाई तशी जनाई आळविते देवा ।।
सद्भावाला सहज लाभतो मोक्षाचा ठेवा ।।
गतवीरांची पुण्य चरित्रे गाउनि अंगाई ।।
बाळा करिते महाराष्ट्राची भगिनी वा आई ।।
शोभवी अहल्या होळकरांची पुरी ।
ती सती रमा भट-वंशाला उद्धरी ।
स्वातंत्र्य-लक्ष्मी प्रचंड संगर करी ।
प्रणिपात असो ह्या देवींना, महाराष्ट्र देशा ।।
तुला प्रभाती प्रसन्न हृदये प्रणाम, परमेशा ।।

– दत्तो अप्पाजी तुळजापूरकर

तेथे कर माझे जुळती

परिचय

केशवसुतांनी 'रांगोळी घालताना पाहून' ही कविता लिहून, साध्या वाटणाऱ्या दृश्यात किती अर्थ भरलेला असतो हे दाखविले. साध्या दृश्याप्रमाणे साध्या माणसाकडेही जगाचे सहसा लक्ष जात नाही. नित्याच्या परिचयामुळे आणि बहिरंगावर भुलून जाणे हा मानवी स्वभावच असल्यामुळे आपल्याभोवती वावरणाऱ्या साध्यासुध्या माणसांमध्ये, जगातल्या कोलाहलात ज्यांची नावे कधीच ऐकू येत नाहीत, अशा व्यक्तींच्या अंतरंगामध्ये किती उज्ज्वलता भरलेली आहे याची कुणालाही कल्पना येत नाही. पर्वतावरून खळाळत येणाऱ्या जलप्रवाहाकडे प्रत्येकजण आदराने पाहतो. पण धरणीमातेच्या पोटातला अधिक उपयुक्त असा ओलावा मात्र कुणाचेही मन ओढून घेत नाही. जग अजून सामान्यातले असामान्यत्व ओळखण्याइतके जाणते झाले नाही, हेच खरे.

बोरकरांनी या कवितेत जगाने अत्यंत सामान्य मानलेल्या अशा महात्म्यांची पूजा केली आहे. वर्षानुवर्ष संसारातली लहानमोठी दुःखे हसतमुखाने सोसून घराला बागेचे रम्य रूप देणाऱ्या स्त्रीपुरुषांना काय सामान्यच म्हणायचे? ज्यांच्या कष्टांवाचून जग क्षणभरही चालू शकणार नाही ते स्वयंसेवक, शेतकरी, मजूर, भंगी यांच्या त्यागाला काय काहीच किंमत नाही? छे! कवी म्हणतो, 'ज्यांनी जीवन हा पवित्र यज्ञ मानला, जगाचे मंदिर उभे राहावे म्हणून त्यांच्या पायात आपल्या वैयक्तिक सुखाचा बळी दिला, त्यांचे पुतळे न होवोत! माझ्या मनोमंदिरात मी त्यांच्याच मूर्तींची पूजा करीत राहीन.'

जगासाठी जगणाऱ्या, जग अधिक सुंदर व्हावे म्हणून झटणाऱ्या, मानवी हृदयातल्या उदात्ततेला जागृत करणाऱ्या प्रत्येक व्यक्तीपुढे, दृश्यापुढे; किंबहुना अनुभूतीपुढे कवीचे हळुवार मन विनम्र होत आहे.

शेवटच्या कडव्यातल्या वर्णनाची भव्यता बोरकरांच्या कल्पकतेचे सामर्थ्य दर्शविते. 'मध्यरात्रि नभ-घुमटाखाली शांतिशिरी तम चवऱ्या ढाळी ।' या ओळी वाचल्या की वाटते, आपण चित्रकार असतो, तर फार बरे झाले असते! या दृश्याचे किती मनोहर चित्र आपण काढले असते!

(जाति : प्रणयप्रभा; मिश्र पहाडी : त्रिताल)

तेथे कर माझे जुळती
दिव्यत्वाची जेथ प्रतीती ।।धृ.।।

हृन्मंदिरि संसृतिशिरस्वागत
हसतचि करिती कुटुंबहितरत
गृहस्थ जे हरि उरात रिझवित
सदनी फुलबागा रचिती । तेथे कर माझे जुळती

ज्या प्रबला निज भावबलाने
करिती सदने हरिहरभुवने
देव पतींना वाहुनि सु-मने
पाजुनि केशव वाढविती । तेथे कर माझे जुळती

गाळुनिया भाळीचे मोती
हरी-कृपेचे मळे उगविती
जलदापरि येउनिया जाती
जग ज्यांची न करी गणती । तेथे कर माझे जुळती

शिरी कुणाच्या कुवचनवृष्टी
वरिती कुणि अव्याहत लाठी
धरिती कुणि घाणीची पाटी
जे नरवर इतरांसाठी । तेथे कर माझे जुळती ।

यज्ञी ज्यांनी देउनि निजशिर
घडिले मानवतेचे मंदिर
परी जयांच्या दहनभूमिवर
नाही चिरा, नाही पणती । तेथे कर माझे जुळती

स्मिते जयांची चैतन्यफुले
शब्द जयांचे नव दीप-कळे
कृतीत ज्यांच्या भविष्य उजळे
प्रेमविवेकी जे खुलती । तेथे कर माझे जुळती

जेथ विपत्ती जाळी उजळी
निसर्गलीला निळी काजळी
कथुनि कायसे काळिज निखळी
एकाची सगळी वसती । तेथे कर माझे जुळती

मध्यरात्रि नभ-घुमटाखाली
शांतिशिरी तम चवऱ्या ढाळी
त्यक्त बहिष्कृत मी ज्या काळी
एकांती डोळे भरती । तेथे कर माझे जुळती

- बा. भ. बोरकर

तुरुंगाच्या दारात

परिचय

मनुष्याला मृत्यूइतकीच जर दुसऱ्या कशाची भीती वाटत असेल, तर ती तुरुंगाची. तुरुंग म्हणजे इहलोकातली यमपुरीच! सुखाची कल्पनासुद्धा तुरुंगाच्या आसपास कधी फिरकत नाही!

अशा ठिकाणी आनंदाने जायला कुणी तयार होईल का?

व्यक्ती आणि कुटुंब यांच्या सुखापलीकडे ज्याला काही दिसू शकत नाही, असा कुणीही मनुष्य तुरुंगाच्या दारात पाऊल टाकणार नाही. पण टिळक-गांधींसारखे देशभक्त हसतमुखाने तेथे जातात.

-आणि यात नवल असे काय आहे? गुलामगिरीत खितपत पडलेल्या देशात तुरुंग हाच देशभक्ताचा बंगला असतो. हातापायांतल्या बेड्या हेच त्याचे अलंकार असतात! प्रसंगी गळ्याभोवती पडणारा फास हाच त्याचा पुष्पहार होतो!

यशवंतांनी अशा तेजस्वी देशभक्ताच्या मनोवृत्तीचे सुंदर चित्रण या कवितेत केले आहे. Stone-walls do not a prison make, nor iron bars a cage. देशभक्ताचे शरीर अंधारकोठडीत कोंडले, तरी त्याचे मन कधीच बंदिवान होत नाही. जन्मत:च सूर्यबिंबाला ग्रासू पाहणाऱ्या पराक्रमी हनुमंताचा आदर्श ज्याने आपल्यापुढे ठेवला आहे, त्याच्या मनाला कोणत्या तुरुंगाच्या भिंती अडवू शकतील? मातृभूमीच्या या भक्ताची देवीच्या गोंधळ्याशी तुलना करण्यात कवीच्या कल्पकतेची चमक दिसून येते. 'शृंखला पायांत माझ्या चालताना रुमझुमे । घोष मंत्रांचा गमे ।' या ओळीतली उदात्त निर्भयताही अत्यंत आकर्षक आहे. 'और लढेंगे?' या शत्रूच्या प्रश्नाला 'बचेंगे, तो और भी लढेंगे' हे उत्तर देणारा दत्ताजी शिंदे, धर्मशिळेवर उभी राहून हसतमुखाने सती जाणारी साध्वी रमाबाई आणि हे गीत गाणारा आधुनिक देशभक्त यांच्या मानसिक धैर्यात रतिभरही अंतर नाही. असले मनोबळ हे परतंत्र राष्ट्राचे खडे सैन्य!

(वृत्त : पाण्डव दीडकी)

वाढु दे कारागृहाच्या भिन्तिची उंची किती
    मन्मना नाही क्षिती
भिन्तिच्या उंचीत आत्मा राहतो का कोण्डुनी?
    मुक्त तो रात्रंदिनी?
भक्तिला जो पूर आला, वाढतो तो अन्तरी
    पायरीने पायरी;
फत्तरांच्या या तटांनी ओसरावा काय तो?
    सारखा फोफावतो
अंजनीच्या बालकाने सूर्यबिम्बा ग्रासिले
    मन्मनी ते बिम्बले
घालिती सैतानसे शत्रू इथे थैमान जे
    ते गिळाया मी सजे
अग्निकुण्डी पाय केव्हा, कण्टकीही केधवा
    बन्दिखान्याची हवा
या विलासांमाजि होई आमुची जोपासना
    तेज नाही याविना
हिन्ददेवी, गोन्धळी मी वाजवीता सम्बळ
    घालसी हाती बळ
पेटलेला पोत हाती स्वार्थ तैले तेवता
    नाचवूनी नाचता
या दऱ्याखोऱ्यांतुनी स्वातंत्र्यगीते गाउनी
    दाविता मी हिण्डुनी
आज आलो निर्भये या मन्दिरी विश्रान्तिला
    मान्य झाले हे तुला
त्वत्कृपेचा सिंधु माझ्या मस्तकी हेलावता
    काय दुःखांची कथा

अग्निही वाटेल माते चन्दनाचे लेपन
       की सुधेचे सिंचन
शृंखला पायांत माझ्या चालताना रुमझुमे
       घोष मंत्रांचा गमे
लवकरी, स्वातंत्र्यभानो! भारती दे दर्शन
       होउ तेव्हा पावन

                                   – कवि यशवन्त

केवढे हे क्रौर्य!

परिचय

'कृतज्ञता' या कवितेत एका बालकाच्या मृत्यूचे शब्दचित्र आहे. या कवितेत एका पक्षिणीच्या अंतकाळाचे दृश्य रेखाटले आहे. ही आई पिलांकरिता चारा आणायला गेली होती. कुठून तरी आलेल्या बाणाने ती घायाळ झाली. अंगातून भळभळ रक्त वाहत असताना पिलांना पाहावे, त्यांना शेवटचा घास भरवावा, म्हणून धडपडत ती घरट्याकडे परत येते.

टिळकांनी हा सर्व प्रसंग अत्यंत सहृदयतेने वर्णन केला आहे. गरीब आणि सुंदर पाखराला केवळ गमतीने मारणाऱ्या मनुष्याविषयी स्वतःला आलेला राग वाचकाच्या मनातही उत्पन्न होईल ही दक्षता त्यांच्या कलेने घेतली आहे. आश्चर्याची गोष्ट ही, की आपला त्वेष कारुण्याशी विसंगत न होईल, अशा रीतीने त्यांनी व्यक्त केला आहे.

वाल्मीकीला क्रौंचवध पाहून काव्यस्फूर्ती झाली अशी आख्यायिका आहे. 'शोक: श्लोकत्वमागत:' असे ज्याचे वर्णन केले जाते, त्या त्याच्या पहिल्या श्लोकात क्रौंच पक्ष्यांच्या जोडप्यापैकी एकाला मारल्याबद्दल त्याने निषादाला शाप दिला आहे.

काममोहित क्रौंच पक्ष्यापेक्षा घरट्यात जिची लहान पिले आहेत, अशा पक्षिणीचा वध कुणालाही अधिक करुणास्पद वाटेल. या कवितेत वात्सल्याच्या भावनेचा पार्श्वभूमी म्हणून उपयोग करण्यात टिळकांची कलात्म-कल्पकता प्रकट झाली आहे.

'मातीत ते पसरले अति रम्य पंख' हे वर्णन किती रेखीव आहे! ते शब्दचित्र नसून चित्र आहे, असेच वाटते.

क्षणोक्षणि पडे, उठे परि बळे, उडे बापडी,
चुके पथहि येउनी स्तिमित दृष्टिला झापडी;
किती घळघळा गळे रुधिर कोमलांगातुनी,
तशीच निजकोटरा परत पातली पक्षिणी ।।१।।

म्हणे निजशिशूंप्रती ‘अधिक बोलवेना मला,
तुम्हास अजि अंतिचा कवळ एक मी आणिला;
करा मधुर हा! चला! भरविते तुम्हा एकदा
करो जतन यापुढे प्रभु पिता अनाथां सदा! ।।२।।

अहा! मधुर गाउनी रमविले सकाळी जनां,
कृतघ्न मज मारितील नच ही मनी कल्पना!
तुम्हास्तव मुखी सुखे धरुनि घास झाडावरी
क्षणैक बसले, न तो, शिरत बाण माझ्या उरी! ।।३।।

निघून नरजातिला रमविण्यात गेले वय,
म्हणून वधिले मला! किती दया! कसा हा नय!
उदार बहु शूर हा नर खरोखरी जाहला
वधून मज पाखरा निरपराध की दुर्बला! ।।४।।

म्हणाल भुलली जगा, विसरली प्रियां लेकरां,
म्हणून अतिसंकटे उडत पातले मी घरा;
नसे लवहि उष्णता, नच कुशीत माझ्या शिरा,
स्मरा मज-बरोबरी परि दयाघना ईश्वरा ।।५।।

असो; रुधिर वाहूनी नच भिजो सुशय्या तरी
म्हणूनि तरुच्या तळी निजलि ती द्विजा भूवरी,
जिवंत बहु बोलके किति सुरम्य ते उत्पल
नरे धरुनि नाशिले, खचित थोर बुद्धी, बल ।।६।।

मातीत ते पसरले अति रम्य पंख,
केले वरी उदर पांडुर निष्कलंक!
चंचू तशीच उघडी, पद लांबवीले,
निष्प्राण देह पडला, श्रमही निमाले! ।।७।।

- ना. वा. टिळक

■

भेटेन नऊ महिन्यांनी

परिचय

देशाकरिता आनंदाने फाशी जाणाऱ्या एका वीरयुवकाचे हे उद्‌गार 'कुंजविहारीं'नी हृदयस्पर्शी पद्धतीने चित्रित केले आहेत. हा तरुण मृत्यूला हसत हसत मिठी मारतो. आपल्यासारख्या व्यक्तीच्या मरणातूनच राष्ट्राचा पुनर्जन्म होत असतो अशी त्याची सढळ श्रद्धा आहे. सिंहगडावर पडलेल्या वीर तानाजीचा पोवाडा ज्या लेखणीने गायिला, त्याच लेखणीतून एका अनामिक तरुणाचे हे शेवटचे गीत उतरले आहे.

देशासाठी बलिदान करणाऱ्या तरुणाला कोमल भावना नसतात, असे कोण म्हणेल? पण वृद्ध आई, तरुण पत्नी आणि पाळण्यातले चिमणे बाळ या सर्वांकडे पाठ फिरवून तो आत्मदानाला तयार होतो. पारतंत्र्यात खितपत पडलेला देश हे त्याला जळते घर वाटते. घराला लागलेली ही आग विझविण्याकरिता तो स्वत:चे रक्त शिंपडतो. पारतंत्र्यात जगणे म्हणजे उशाशी साप घेऊन निजणे! या सापाला मारल्याशिवाय कुणाला झोप येईल? हा साप आपल्याला चावला, त्याच्या विषाने आपल्याला मृत्यू आला, तरी हरकत नाही; पण त्याला मारण्याचा प्रयत्न आपण केलाच पाहिजे, असा त्याने मनाशी निर्धार केलेला असतो.

फाशीच्या कल्पनेनेसुद्धा सामान्य माणसे भिऊन जातात, पण हा निधड्या छातीचा तरुण त्या कल्पनेशी विनोदाने खेळतो. शिपायांच्या पहाऱ्यात फासाकडे जाणे ही जणू काही एखाद्या राजपुत्राची मिरवणूक आहे असे त्याला वाटते आणि मिरवणूक संपल्यावर या राजपुत्राची स्वारी कुठे बसणार आहे? तर त्याच्याकरिता जे एकखांबी सिंहासन-मुद्दाम तयार केले आहे, त्याच्यावर!

आईचे सांत्वन करण्याकरिता स्थितप्रज्ञतेने 'मातीचा मोहक पुतळा। जाईल पहा क्षणात मातित मिळुनी' असे तो म्हणत असला, तरी लगेच 'वाईट वाटते इतुके । तर सेवेले अंतरलो मी, जननी ।'

हे उद्गारही त्याच्या तोंडून निघतात. तेज आणि कारुण्य यांचा संगम मनाला चटका लावल्याशिवाय राहत नाही.

पत्नीच्या दुःखाचा विचार त्याला मरणाहूनही कठीण वाटतो हे स्वाभाविकच आहे. तुकारामासारखे विष्णुदास काय, रामासारखे लोकोत्तर राजे काय किंवा या तरुणासारखे मातृभूमीचे भक्त काय, सर्वांची अंतःकरणे विधात्याने एकाच विलक्षण मिश्रणाने निर्माण केलेली असतात. फुलांहून मऊ, पण वज्राहून कठोर अशा या अंतःकरणाकडेच मानवता मोठ्या आशेने पाहत असते.

या कवितेतला धीरोदात्त नायक आईला नऊ महिन्यांनी भेटण्याचे जे आश्वासन देतो, तेसुद्धा किती करुणरम्य आहे! मरणोत्तर मिळणारा स्वर्ग त्याला तुच्छ वाटतो. तिथे एक क्षणसुद्धा दवडायला तो तयार नाही. मातृभूमीच्या पायी आपले जीवनपुष्प वाहता यावे म्हणून पुन्हा याच भूमीत, याच आईच्या पोटी जन्म मिळावा, हीच त्याची शेवटची इच्छा!

मनि धीर धरी, शोक आवरी, जननी
    भेटेन नऊ महिन्यांनी ।।धृ।।

या न्यायाची रीत मानवी असते
    खरि ठरते, केव्हा चुकते
किती दुर्दैवी प्राणी असतिल असले,
    जे अपराधाविण मेले
लाडका बाळ एकुलता
फाशीची शिक्षा होता
कवटाळुनि त्याला माता
अति आक्रोशे रडते केविलवाणी
    भेटेन नऊ महिन्यांनी ।।१।।

किति वेळ असा शोक करिसी, गे, असला
    दे निरोप मज जायाला
होईल पहा विफल तुझा आकांत
    बाहेर उभे यमदूत
ते चाकर सरकाराचे
नच उलटे काळिज त्यांचे
परि शरमिंदे अन्नाचे

तुजपासुनिया नेतिल मज ओढोनी
    भेटेन नऊ महिन्यांनी ।।२।।

तुज सोडुनि मी जाइन का, गे, इथुन
    परि देह परस्वाधीन
बघ बोलति हे बोल मुक्या भावाचे
    मम दोरखंड दंडाचे
अन्नपाणि सेवुनि जिथले
हे शरीर म्या पोशियले
परदास्यि देश तो लोळे
स्वातंत्र्य मला मिळेल मग कोठोनी
    भेटेन नऊ महिन्यांनी ।।३।।

का परक्याला बोल उगिच लावावा
    दैवाने धरिला दावा
लाभेल कधी सांग कुणाला जगती
    या जळत्या घरि विश्रांती
घेउनी उशाला साप
येईल कुणाला झोप
हा सर्व ईश्वरी कोप
ही परवशता करते भयकर करणी
    भेटेन नऊ महिन्यांनी ।।४।।

मज फाशीची शिक्षा दिधली जाण
    न्यायाचा करुनी खून
या मरणाची मौज कशी, बघ, असते
    सांगेन तुला मी, माते,
मी राजपुत्र दिलदार
घेउनी करी समशेर
भोवती शिपाई चार
करितील अता स्वागत जन मैदानी
    भेटेन नऊ महिन्यांनी ।।५।।

मजसाठि तिथे सिंहासन निर्मियले
   त्या एका खांबावरले
मी वीर गडी चढेन, गे, त्यावरती
   इतरांची नाही छाती
इच्छिली वस्तु द्यायाला
अधिकारी तैनातीला
प्राणापरि जपती मजला
या दुनियेची दौलत लोळे चरणी
   भेटेन नऊ महिन्यांनी ।।६।।

या सर्वांचे मजवर भारी प्रेम
   देतील खडी ताजीम
हे वैभव मी विकत घेतले साचे
   देउनी मोल जीवाचे
या गळ्यातला गळफास
देईल घडीभर त्रास
लाभेल मुक्ति जीवास
वरि जाइन मी लाथ जगा हाणोनी
   भेटेन नऊ महिन्यांनी ।।७।।

या देहाची करू कशाला चिंता
   होइल, ते होवो आता
कुणि करुणेचे सागर हळहळतील
   कुणि हसणारे हसतील
अश्रूंनी न्हाऊ घाला
प्रेमाचे वेष्टन त्याला
मातीचा मोहक पुतळा
जाईल पहा क्षणात मातित मिळुनी
   भेटेन नऊ महिन्यांनी ।।८।।

सांगतो तुला शपथ घेउनी, आई
   मरणाला भ्यालो नाही
आठवी मनी श्रीगीतेचे सार

की नश्वर तनु जाणार
हृदयाचे मोजून ठोके
बघ शांत कसे आहे ते
वाईट वाटते इतुके
तव सेवेला अंतरलो मी, जननी
भेटेन नऊ महिन्यांनी ।।९।।

माउली, तुझा नव्हे, नव्हे मी कुमर
पूर्वीचा दावेदार
तव सौख्याच्या वाटेवर निर्मियले
दुःखाचे डोंगर असले
नउ मास भार वाहून
बाळपणी बहुपरि जपुन
संसार दिला थाटून
परि बनलो मी खचित अभागी प्राणी
भेटेन नऊ महिन्यांनी ।।१०।।

'मम बाळ गुणी वृद्धपणी बहुसाल
आम्हाला सांभाळील'
तव ममतेचे बोल ऐकिले असले,
परि सारे उलटे झाले
माउली, विनंती तुजला
सांभाळ तिला, बाळाला
नच बघवे तिकडे मजला
हा कठिण गमे प्रसंग मरणाहूनी
भेटेन नऊ महिन्यांनी ।।११।।

लाभते जया वीर-मरण भाग्याचे
वैकुंठ-पदी तो नाचे
दे जन्म मला मातृभूमिचे पोटी
पुनः पुन्हा मरण्यासाठी
मागेन हेच श्रीहरिला
मातृभूमि उद्धरण्याला

स्वातंत्र्यरणी लढण्याला
तव शुभ उदरी जन्म पुन्हा घेवोनी
भेटेन नऊ महिन्यांनी ।।१२।।
मग यमदूते ओढूनि त्याला नेले
    व्हायाचे होउनि गेले
परि त्या ठायी शब्द उमटती अजुनी
    भेटेन नऊ महिन्यांनी
खांबाला फुटतिल फाटे
मृदुसुमसम होतिल काटे
हिमगिरिला सागर भेटे
परि परवशता सुखकर झाली नाही
    दे कुंजविहारी ग्वाही ।।१३।।

- कवि कुंजविहारी

■

आई

परिचय

पावसाळ्यात अनेकदा इंद्रधनुष्य दिसते, पण कित्येकदा ते सारेच अस्पष्ट असते. कित्येकदा त्याची एकच बाजू अथवा एकच रंग उठावदार दिसतो. एखाद्या वेळीच त्याचा संपूर्ण सौंदर्यविलास पाहायला मिळतो. कवीच्या निर्मितीची स्थितीही अशीच असते. त्याच्या कवितांत सुंदर गणली जाणारी गीते पुष्कळ असली, तरी अमर थोडीच असतात! 'आई' ही अशा विरळ कवितांपैकी एक आहे. ग्रे या इंग्रज कवीने 'E legy in the Country Churchyard' ही एकच कविता लिहिली असती, तरी त्याचे नाव कुणीही विसरला नसते. यशवन्तांच्या या कवितेच्या बाबतीतही तसेच म्हणता येईल.

या भावगीताची सुरुवातच किती हृदयस्पर्शी आहे. बाहेर कुणीतरी आपल्या आईला हाक मारीत आहे. पण ते संबोधन कानांवर पडताच मातृप्रेमाला पारखा झालेला कवी व्याकूळ होतो. चिमण्या आणि गाई हे नेहमी दृष्टीला पडणारे प्राणी! पण त्यांचे नित्य व्यवहार पाहूनही आपल्याला आई नाही ही त्याची जाणीव अधिकच तीव्र होते.

'शाळेतुनी घराला' या कडव्यातल्या वर्णनात मातृदु:खाच्या उत्कटतेइतकेच साध्या, पण सुखी अशा हिंदू कुटुंबाचे सुंदर चित्र कवीने किती मोजक्या रेषांत काढले आहे. कवीची धाकटी बहीण ही देवाघरी गेलेली भावंडे हिशेबात धरून 'आम्ही सात आहो' असे सांगणाऱ्या वर्डस्वर्थच्या काव्यनायिकेइतकीच अजाण आहे. तिला मरणाची कल्पनाच नाही. पण लहान मुलांच्या सहज उद्‌गारांनी मोठ्यांचे दु:ख अधिकच वाढते. 'आम्हांस नाहि आई' या ताईच्या बाळबोलांत केवढे कारुण्य भरले आहे!

पाचव्या कडव्यात संस्कृत वाङ्मयातल्या कल्पनांचा उपयोग करून कवीने आईच्या मोठेपणाचे केलेले वर्णन वाचनीय आहेच, पण

त्यापेक्षाही ‘स्वामी तिन्ही जगांचा । आईविना भिकारी’ ही पहिल्या कडव्यातली ओळ आणि ‘ये रागवावयाही। परि येइ येइ वेगे’ हा गीताचा शेवटचा चरण, या दोन ओळी विसरणारा मनुष्य- छे! तो मनुष्य असणेच शक्य नाही!

(जाति- रसना)

आई म्हणोनि कोणी आईस हाक मारी
ती हाक येइ कानी मज होय शोककारी
नोहेच हाक माते मारी कुणी कुठारी
आई कुणा म्हणू मी आई घरी, न दारी
ही न्यूनता सुखाची चित्ता सदा विदारी
स्वामी तिन्ही जगांचा आईविना भिकारी

चारा मुखी पिलांच्या चिमणी हळूच देई
गोठ्यात वासरांना ह्या चाटतात गाई
वात्सल्य हे पशूंचे मी रोज रोज पाही
पाहून अन्तरात्मा व्याकूळ मात्र होई
वात्सल्य माउलीचे आम्हां जगात नाही
दुर्भाग्य याविना का आम्हांस नाहि आई

शाळेतुनी घराला येता धरील पोटी
काढून ठेविलेला घालील घास ओठी
उष्ट्या तशा मुखाच्या धावेल चुम्बना ती
कोणी तुझ्याविना, गे का ह्या करील गोष्टी?
तुझ्याविना न कोणी लावील सांजवाती
सांगेल ना म्हणाया आम्हा ‘शुभं करोति’

ताईस या कशाची जाणीव काहि नाही
त्या सान बालिकेला समजे न यात काही
पाणी तरारताना नेत्रांत बावरे ही
ऐकूनि घे परंतु ‘आम्हास नाहि आई’

सांगे तसे मुलींना 'आम्हास नाहि आई'
ते बोल येति कानी 'आम्हास नाहि आई'

आई! तुझ्याच ठायी सामर्थ्य नन्दिनीचे
माहेर मंगलांचे अद्वैत तापसांचे
गांभीर्य सागराचे औदार्य या धरेचे
नेत्रांत तेज नाचे त्या शान्त चन्द्रिकेचे
वात्सल्य गाढ पोटी त्या मेघमण्डळाचे
वास्तव्य या गुणांचे आई, तुझ्यात साचे

गुंफून पूर्वजांच्या मी गाइले गुणांला
साऱ्या सभाजनांनी या वानिले कृतीला
आई, करावया तू नाहीस कौतुकाला
या न्यूनतेमुळे ही मज त्याज्य पुष्पमाला
पंचारती जनांची ना तोषवी मनाला
परि जीव बालकाचा तव कौतुका भुकेला

येशील तू घराला परतून केधवा, गे
दवडू नको घडीला ये, ये निघून वेगे
हे गुंतले जिवाचे पायी तुझ्याच धागे
कर्तव्य माउलीचे करण्यास येइ वेगे
रुसणार मी न आता जरि बोलशील रागे
ये रागवावयाही परि येइ, येइ वेगे

– कवि यशवन्त

■

देशाचा संसार

परिचय

सेनापती बापट यांच्या या अभंगात देशासाठी अहोरात्र तळमळणाऱ्या त्यांच्या हृदयाचे प्रतिबिंब पडलेले आहे. शिक्षणाकरिता बापट विलायतेत गेले होते. तेव्हा एका इंग्रज तरुणीवर त्यांचे प्रेम बसले होते, पण त्यांच्याच शब्दांत सांगायचे म्हणजे, 'माझ्या डोळ्यांसमोर तेवढाच प्रश्न नव्हता. देश, समाज यांनी मला पछाडले होते. त्यामुळे अंती भावनांवर मी विजय मिळविला.' तारुण्यसुलभ प्रेमभावनेपेक्षा त्यांच्या मनातील देशभक्तीच त्यावेळीसुद्धा प्रभावी ठरली. देशभक्तीच्या उत्कट भावनेच्या भरात त्यांनी पुष्कळ कविता लिहिली आहे. त्यांचे देशासाठी तळमळणारे हृदय त्यांना स्वस्थ बसूच देत नाही. मात्र तळमळीच्या सहजस्फूर्त उद्गारांना काव्यदृष्टीने नटविण्याकडे अथवा त्यांची मोहकता वाढावी, असे प्रयत्न करण्याकडे बापटांचे मुळीच लक्ष नाही. त्यांचा पोशाख जेवढा साधा आहे तेवढीच त्यांची कविताही साधी आहे. या साधेपणात तळमळीचे जे सौंदर्य आहे, तोच त्यांच्या कवितेचा मुख्य गुण.

आपापल्या संसारात दंग असलेल्या प्रत्येकाला बापट कळवळून विनवणी करतात :

'देशाचा संसार । माझे अंगावरी,
ऐसे थोडे तरी । वाटू द्या, हो ॥'
'सत्य सत्य माझी । विद्याशक्ति थोडी,
परि, देवा, गोडी । भक्तीचीच ॥'

हे उद्गार किती अर्थपूर्ण आहेत! आमचे तत्त्वज्ञान, आमची संस्कृती, आमचे वाङ्मय अनेक गुणांनी संपन्न असले तरी त्या सर्वांत एक मोठे वैगुण्य आहे- सामाजिक मनोवृत्तीचा अभाव! बापटांनी या वैगुण्यावर कवितेच्या आरंभीच अचूक बोट ठेवले आहे.

भक्ती हीच जगातील सर्वांत मोठी शक्ती आहे, ही सेनापतींची श्रद्धा

त्यांच्या कार्याप्रमाणे त्यांच्या अभंगांतही स्पष्ट दिसते. यामुळे कोणत्याही प्रकारचा बौद्धिक अथवा भावनात्मक शृंगार नसताना त्यांचे साधे-सुधे अभंग वाचनीय वाटतात.

(अभंग)

देशाचा संसार, माझे अंगावरी
    ऐसे थोडे तरी, वाटू द्या, हो ।
वाटू द्या, हो, थोडे-तरी प्रत्येकासी
    माझी कासाविसी याचसाठी ।
याचसाठी तुम्हां, हात जोडीतसे
    कोणी म्हणतसे, वेडा झाला ।
वेडा झाला देश-माउलीचेसाठी
    होते पुण्य गाठी; हेचि खरे ।
हेचि खरे देवा आवडता झालो,
    तेणे निवडिलो देशसेवे ।
देशसेवेसाठी व्हावेत सगळे,
    ज्यांना ज्यांना कळे, धर्मतत्त्व ।
धर्मतत्त्व तेचि, जो का उपकार,
    त्याचाचि आधार सज्जनांसी ।
सज्जनांसी चहूं-कडूनि टोचिती,
    कितीक छळिती छळक ते ।
छळक ते अंती मनी पस्तावती
    सज्जनांची शांति, देखोनिया ।
देखोनिया शांति, कारण शोधीती
    तेथ आलोकिती भूतदया ।
भूतदया बीज, उपकार फळ,
    शांति ते अढळ, उपकारी ।
उपकारी ज्यांना, सार्थकता वाटे
    सोशिती चपेटे, संकटाचे ।
संकटाचे काळी, हृदयनिवासी
    आपुल्या भक्तासी, धीर देई ।

धीर देई की जो, पर-उपकार,
    तोचि तो साचार, धर्मतत्त्व ।
धर्मतत्त्व ज्यांनी आपुलेसे केले
    त्यांसी बोलाविले, देशसेवे ।
देशसेवेसाठी, राबावे काहीसे
    हेचि मज पिसे, सत्य सत्य ।
सत्य सत्य माझी, विद्याशक्ति थोडी,
    परी देवा, गोडी, भक्तीचीच ।
भक्तीचीच गोडी, सुदाम्याचे पोहे
    गोड करीताहे, हरिमुखी ।
हरिमुखी मीही, घालीतसे पोहे
    मूठभरी तो हे स्वीकारीत ।
स्वीकारीत भावे, केली देशसेवा ।
    मज शांतिमेवा, वाढीतसे ।
वाढीतसे हरी मोक्षाचे वाढणे
    ज्यासी ज्यासी येणे, त्याणे यावे ।
यावे, यावे ऐसी, हाक दे लोकांसी
    ऐसे मजपासी, हरि बोले ।
हरि बोले मी तो बोलावणेकरी
    तुम्हांसी पाचारी, हरिसाठी ।
हरिसाठी तुम्हां, बोलावणे केले,
    आले, वा न आले, मज काय ।
मज काय मी तो, सेवक हरीचा
    [illegible], [illegible] गोड ।
त्यासी गोड व्हाल, जेणे ते तुम्हासी
    गूढ सज्जनांसी, सांगीतले ।
सांगीतले की त्या, सेवा-अनुरक्त,
आवडतो भक्त, स्वदेशाचा ।

– सेनापती बापट

■

वहिनीस पत्र

परिचय

हे पत्र काव्य-वाङ्मयात एका दृष्टीने अपूर्व आहे. काव्यात संदेश अथवा पत्रे पाठविली जातात, ती सामान्यत: वल्लभ अथवा वल्लभा असे नाते असलेल्या व्यक्तीकडून. विरहाने होणाऱ्या दु:खाचे वर्णन हा असल्या काव्यांचा एकमेव विषय. पण हे पत्र एका दिराने आईच्या मायेने आपल्याला वाढविणाऱ्या वडील भावजयीला उद्देशून लिहिले आहे. दिराने भावजयीला रसोत्कट पत्र लिहिणे जेवढे अपूर्व, तेवढाच या कवितेचा विषयही नवीन आहे. देशासाठी बलिदान करायला तयार झालेला दीर आपल्या वडील वहिनीला सांगतो :

'अमर होय ती वंशलता । निर्वंश जीचा देवाकरिता,
दिगंती पसरे सुगंधता । लोकहित-परिमलाची ।'

सामान्य मनुष्याच्या सुखाच्या कल्पनेहून असामान्य मनुष्याची सुखाची कल्पना किती भिन्न असते, हे या ओवीवरून दिसून येईल. गजेंद्राने श्रीविष्णूसाठी आपल्या सोंडेत घेतलेल्या कमलपुष्पाचा जो उल्लेख कवीने केला आहे, तोही अत्यंत मार्मिक आहे. 'सुकुमार आमुच्या अनंत फुलां' व 'एकदा नवरात्र संपली' या दोन ओव्या वाचताना सावरकरांच्या तेजस्वी व्यक्तिमत्तेतून त्या स्फुरल्या आहेत, हे सांगण्याची आवश्यकताच राहत नाही.

सावरकरांनी ज्या काळी आपल्या पूज्य भावजयीला हे पत्र पाठविले, त्या काळी कुटुंबाच्या चार भिंतींपलीकडे स्त्रीची दृष्टी सहसा जात नसे. अशा स्थितीत त्यांनी 'तू धैर्याची अससी मूर्ति । माझे वहिनी, माझे स्फूर्ति ।' असे ज्या स्त्रीविषयी उद्गार काढले, तिचे व्यक्तिमत्त्व नि:संशय अलौकिक असले पाहिजे. देशाच्या पायी करावे लागणारे बलिदान ही जणू काही या कुटुंबाच्या नित्यक्रमातलीच एक गोष्ट होती, असा हे पत्र वाचताना भास होतो. व्यक्तिमत्तेवाचून वाङ्मय

परिणामकारक होऊ शकत नाही किंवा वाङ्मयाची सजीवता लेखकाच्या जीवनातूनच उत्पन्न होत असते, या विधानाचे उत्तम प्रत्यंतर म्हणजे अशा प्रकारची कविता.

-१-

जयासी तुवा प्रतिपाळिले । मातेचे स्मरण होऊ न दिले ।।
श्रीमती वहिनी वत्सले । बंधु तुझा तो तुज नमी ।।१।।
आशिर्वाद-पत्र पावले । जे लिहिले, ते ध्यानी आले ।
मानस प्रमुदित झाले । धन्यता वाटली उदंड ।।२।।
धन्य धन्य आपुला वंश । सुनिश्चये ईश्वरी अंश ।।
की रामसेवा पुण्यलेश । आपुल्या भाग्यी लाधला ।।३।।

-२-

अनेक फुले फुलती । फुलोनिया सुकोनि जाती ।।
कोणी त्यांची महती गणती । ठेविली असे ।।४।।
परी जे गजेंद्रशुंडेने उपटिले । श्रीहरीसाठी मेले ।।
कमल फूल ते अमर ठेले । मोक्षदायी पावन ।।५।।
त्या पुण्य गजेंद्रासमची । मुमुक्षु स्थिती भारतीची ।।
करुणारवे ती याची । इंदीवर श्यामा श्रीरामा ।।६।।
स्वोद्यानी तिने यावे । आपुल्या फुलांस भुलावे ।।
खुडोनिया अर्पण करावे । श्रीरामचरणा ।।७।।
धन्य धन्य आपुला वंश । सुनिश्चये ईश्वरी अंश ।।
श्रीरामसेवा पुण्यलेश । आपुल्या भाग्यी लाधला ।।८।।

-३-

अशीच सर्व फुले खुडावी । श्रीरामचरणी अर्पण व्हावी ।।
काही सार्थकता घडावी । या नश्वर देहाची ।।९।।
अमर होय ती वंशलता । निर्वंश जीचा देवाकरिता ।।
दिगंती पसरे सुगंधता । लोकहित-परिमलाची ।।१०।।
सुकुमार आमुच्या अनंत फुला । गुंफोनि करा, हो, सुमन-माला ।।
नवरात्रीच्या नवकाला । मातृभूमी वत्सले ।।११।।

एकदा नवरात्र संपली । नवमाला पूर्ण झाली ।।
कुलदेवी प्रकटेल काली । विजया लक्ष्मी पावन ।।१२।।

-४-

तू धैर्याची अससी मूर्ति । माझे वहिनी, माझे स्फूर्ति ।।
रामसेवाव्रताची पूर्ति । ब्रीद तुझे आधीच ।।१३।।
महत्कार्याचे कंकण धरिले । आता महत्तमत्व पाहिजे बाणले ।।
ऐसे वर्तन पाहिजे केले । की जे पसंत पडले संतांना ।।१४।।
अनेक पूर्वज ऋृषीश्वर । अजात वंशजांचे संभार ।।
साधु साधु गर्जतील । ऐसे वर्तणे या काला ।।१५।।

- वि. दा. सावरकर

■

अश्रू

परिचय

मृदुता हा साने गुरुजींच्या लिखाणाचा आत्मा असून, या कवितेच्या कल्पनेचा उगमही अशाच प्रकारच्या कोमल भावनेतच झाला आहे.

जगात देणे आणि दुखणे यांच्याप्रमाणे रडणेसुद्धा कुणाला नको असते. असे असताना 'नको माझा अश्रु कधी नेऊ, देवा' ही कवीची विनवणी ऐकली की, क्षणभर मन विस्मित होते. वाटते, अश्रूंची हौस ही कविमनाची विकृती असावी!

पण कवीला ज्या अश्रूंनी आपल्याला सोडू नये असे वाटते, ते दुबळेपण दर्शविणारे नाहीत. दुसऱ्यासाठी रडणे म्हणजे एका दृष्टीने लढणेच आहे असे त्याला मन:पूर्वक वाटते. माणसे स्वत:साठी नेहमीच रडतात. पण स्वत:च्या पायात काटा मोडला तर त्याच्या डोळ्यांत जेवढे पाणी उभे राहते, तेवढे शेजारचा मनुष्य अपघाताने मेला तरीसुद्धा त्याच्या डोळ्यांत दिसणार नाही.

कवीला असे दुबळे, स्वार्थी अश्रू नको आहेत. माणुसकीची पताका म्हणून ज्यांच्याकडे बोट दाखविता येईल अशा अश्रूंसाठी तो आसावलेला आहे. 'अश्रूच्या बिंदूत माझा सुखसिंधु' असे तो म्हणतो ते याच अर्थाने. दुसऱ्यासाठी डोळ्यांत उभे राहणारे अश्रू ही मनुष्याच्या आत्मविकासाच्या वेलीवर फुललेली फुलेच नव्हेत का?

अश्रुबिंदूला लहान म्हणून हिणविणारांना 'इवलासा अश्रु नका मानू तुच्छ' या ओळीपासून आरंभ होणाऱ्या भागात कवीने दिलेले उत्तर त्याच्या कल्पकतेची चमक आणि अभिजात रसिकता दर्शविण्याला समर्थ आहे.

नको माझा अश्रु कधी नेऊ, देवा
हाचि थोर ठेवा माझा एक
बाकी सारे नेई धन-सुख-मान
परी हे लोचन राखी ओले
माझे रूप मज अश्रु दावितात
हेचि तात मात प्राणदाते
अश्रु माझे थोर ज्ञानदाते गुरू
अश्रु कल्पतरू माझे खरे
अश्रु माझे मला गोड हसवितील
अश्रु भेटवितील माझे ध्येय
अश्रु माझा जीव अश्रु माझा प्राण
देवा, त्यांच्यावीण न जगेन
अश्रु वाचवीती अश्रु हासवीती
माझा फुलवीती जीवनतरू
अश्रूच्या बिंदूत माझा सुखसिंधु
नको तो गोविंदु नेऊ कधी
सगळे हे जग तिरस्कार करी
सखा माझा परी अश्रु एक
अश्रूस पूजीन अश्रूस ठेवीन
मनी साठवून अहोरात्र

इवलासा अश्रु पर्वत बुडवी
जीवाला चढवी मोक्षपदी
इवलासा अश्रु परी वज्रा चुरी
पाषाणाचे करी नवनीत
इवलासा अश्रु खारट आंबट
निर्मित अवीट सुधासिंधु
इवलासा अश्रु ओलावा तो किती?
अमित पिकती माझे मळे
इवलासा अश्रु परी त्याच्या पोटी
कोट्यवधी गोष्टी साठलेल्या
इवलासा अश्रु परी बोले किती
देवी सरस्वती तेथे मूक

इवलासा अश्रु नका मानू तुच्छ
संसारी महोच्च स्थान त्याचे
इवलासा तारा दिसतो दुरून
परी तो मोजून कोण येई?
बाळकृष्णाचे ते इवलेसे तोंड
यशोदा ब्रह्मांड देखे त्यात
इवलीशी मूर्ति बटु वामनाची
परी त्रैलोक्याची केली मिति
इवलेसे पान पांचाळी अर्पित
स्वामी तृप्त होत ब्रह्मांडाचा
इवलेसे पान रुक्मिणी ठेवीत
लीलेने तुळीत विश्वंभरा
इवलासा अश्रु तसा माझा आहे
सारे त्यात राहे भाग्य माझे

इवलासा अश्रु अपूर्णाला पूर्ण
करीतसे तूर्ण सांगू काय
इवलासा अश्रु पूर्ण विरामाला
जीवनग्रंथाला गोड देई
इवलासा अश्रु माझा मज असो
वियोग तो नसो त्याचा कधी
इवलासा अश्रु जो माझ्याजवळ
तोवरी सकळ भाग्य माझे

अश्रु माझी आशा अश्रु माझे बाळ
अश्रु हा निर्मळ जवळ असो
अश्रु हा लहान अश्रु हा महान
अश्रु नारायण आहे माझा
पोटात ठेवीन, डोळ्यांत ठेवीन
मी ना विसंबेन त्याला कधी

- साने गुरुजी

सागरास

परिचय

मातृभूमीच्या विरहाने व्याकूळ झालेले कविमन तिच्या दर्शनाला उत्सुक झाले आहे. ज्या सागराने आपल्याला विद्यार्जनाकरिता परदेशी आणले, त्यानेच आपल्याला परत नेऊन पोहोचवावे अशी त्याची अपेक्षा आहे.

परदेशी गेलेल्या प्रत्येक मनुष्याला चुकल्याचुकल्यासारखे होते, राहून राहून आपल्या जन्मभूमीची आठवण होते. स्वप्नात आपण आपल्या मातृभूमीत किंबहुना प्रियजनांत आहोत, असा त्याला भास होतो. कविमन अधिक भावनाशील असल्यामुळे जन्मभूमीच्या वियोगाचे दु:ख त्याला अधिकच जाणवावे, यात अस्वाभाविक असे काय आहे?

मात्र या कवितेतल्या विरहदु:खातही सावरकरांचे तेजस्वी वैशिष्ट्य आहे. ज्या विद्येचा उपयोग मातृभूमीच्या उद्धाराकरिता होत नाही, ती विद्या त्यांना भारभूत वाटते.

नभि नक्षत्रे बहुत, एक परि प्यारा ।
मज भरतभूमिचा तारा ।।
प्रासाद इथें रम्य, परीं मज भारी ।
आइची झोपडी प्यारी ।।१।।

या ओळी स्कॉटच्या

'Breathes there the man, with soul so dead,
Who never to himself hath said,
This is my own, my native land.'

या ओळींप्रमाणे मनात सदैव घोळत राहतील अशा आहेत.

कल्पनारम्यता हाही या कवितेचा एक विशेष आहे. आपण मातृभूमीच्या

दर्शनासाठी किती तळमळत आहो याची सागराला कल्पना येणार नाही, म्हणून त्याला नदीच्या विरहाची शपथ घालणे आणि आंग्लभूमीला स्वामिनी मानणारा समुद्र आपल्या परतंत्र मातृभूमीची पर्वा करीत नसावा या शंकेने त्याला अगस्तीची भीती दाखवणे या दोन्ही कल्पनांत मूळ भावनेला पोषक असाच चमत्कृतिविलास आहे. सावरकरांनी ज्यावेळी ही कविता लिहिली, त्यावेळी हिंदुस्थानचे राजकीय आकाश काळ्याकुट्ट मेघांनी व्यापून टाकले होते. ती पार्श्वभूमी पाहिली म्हणजे या गीताच्या लोकप्रियतेचे मर्म सहज लक्षात येते.

ने मजसी, ने परत मातृभूमीला । सागरा, प्राण तळमळला ।।धृ.।।

भूमातेच्या चरणतला तू धूता । मी नित्य पाहिला होता ।
मज वदलासी, अन्य देशि चल जाऊ । सृष्टिची विविधता पाहू ।
तै जननी-हृद् विरह-शंकितहि झाले। परि तुवा वचन तिज दिधले ।
मार्गज्ञ स्वये मीच पृष्ठि वाहीन । त्वरित या परत आणीन ।
चाल :- गंभीर त्वदाकृति बघुनी ।।मी।।
विश्वसलो या तव वचनी ।।मी।।
जगदनुभव-योगे बनुनी ।।मी।।
येईन त्वरे कथुनि सोडिले तिजला । सागरा, प्राण तळमळला।।१।।

शुक पंजरि की हरिण शिरावा पाशी । ही फसगत झाली तैशी ।
भूविरह कसा सतत साहु या पुढती । दशदिशा तमोमय होती ।
गुणसुमने मी वेचियली या भावे । की तिने सुगंधा घ्यावे ।
जरि उद्धरणी व्यय न तिच्या हो साचा । हा व्यर्थ भार विद्येचा ।
चाल :- ती आम्रवृक्ष वत्सलता ।।रे।।
नव कुसुमयुता त्या सुलता ।।रे।।
तो बाल गुलाबहि आता ।।रे।।
फुलबाग मला, हाय, पारखा झाला । सागरा, प्राण तळमळला।।२।।

नभि नक्षत्रे बहुत एक परि प्यारा । मज भरतभूमिचा तारा ।
प्रासाद इथे रम्य परी मज भारी । आइची झोपडी प्यारी ।
तिजवीण नको राज्य, मज प्रिय साचा। वनवास तिच्या जरि वनिचा।।

चाल :- भुलविणे व्यर्थ हे आता ।।रे।।
बहु जिवलग गमते चित्ता ।।रे।।
तुज, सरित्पते, जी सरिता ।।रे।।
तद्विरहाची शपथ घालितो तुजला । सागरा, प्राण तळमळला।।३।।

या फेनमिषे हससि, निर्दया, कैसा । का वचन भंगिसी ऐसा ।
त्वत्स्वामित्वा संप्रति जी मिरवीते । धुकुनि का आंग्ल-भूमीते ।
मन्मातेला अबल म्हणूनी फसवीसी । मज विवासनेते नेसी ।
चाल :- जरि आंग्लभूमि भयभीता ।।रे।।
अबला न माझि ही माता ।।रे।।
कथिल हे अगस्तिस आता ।।रे।।
जो आचमनी एक क्षणी तुज प्याला । सागरा, प्राण तळमळला।।४।।

– वि. दा. सावरकर

माझे मृत्युपत्र

परिचय

जुने वृत्त व मधूनमधून आढळणारी संस्कृतप्रचुर रचना यांच्यामुळे बाह्यत: ही कविता एकोणिसाव्या शतकाअखेरच्या संस्कृत वळणाच्या मराठी कवितेसारखी वाटते. पण अंतरंगात शिरले की, तिचा नावीन्यपूर्ण आत्मा पाहून मन चकित होते. हे मृत्युपत्र सावरकरांनी आपल्या वहिनीला उद्देशून लिहिले आहे. कवितेच्या पहिल्या भागात गतकालातील स्मृतिचित्रांचा जो उल्लेख आला आहे, तो उत्तर रामचरितात आपल्या मागील आयुष्याचा चित्रपट पाहताना राम आणि सीता यांचा जो संवाद होतो, त्याच्याइतकाच सरस आहे. मात्र या स्मृतिचित्रात प्रीतीचे माधुर्य नाही; तर देशभक्तीचा तेजस्वीपणा आहे. 'तो काल रम्य' आणि 'झाल्या तदा प्रियकरांसह' या दोन श्लोकांची 'स्मरसि सुतनु' आणि 'अलसललित मुग्धा' या उत्तर-रामचरितातील श्लोकांशी तुलना करून पाहणे मोठे मौजेचे आहे.

दुसऱ्या भागात आठ वर्षांपूर्वी मातृभूमीच्या मुक्ततेची आपण पाहिलेली स्वप्ने खरी होऊ लागली म्हणून कवीला होणारा आनंद व्यक्त झाला आहे. या आनंदाच्या भरात, स्वातंत्र्यदेवता प्रसन्न व्हावी म्हणून ज्या आहुती दिल्या जात आहेत त्यातील आपणही एक आहो, याचे दु:ख क्षणभरही त्याला होत नाही. किंबहुना पहिली आहुती होण्याचा मान आपल्याला मिळाला याचाच त्याला विलक्षण आनंद वाटत आहे. 'आमंत्रण प्रभु रघूत्तम सोडिता हे' या श्लोकात कवीची ही तेजस्वी मनोवृत्ती पूर्णपणे प्रतिबिंबित झाली आहे.

तिसऱ्या भागात कवीची मातृभूमीवरील भक्ती किती असामान्य आहे हे दिसून येते. आपण तिघेही भाऊ स्वातंत्र्यसंग्रामात बळी जात आहोत याबद्दल कविमन क्षणभरही उदास होत नाही. उलट, ते उफाळून उद्‌गारते :

'हे काय बंधु असतो जरि सात आम्ही
त्वत्स्थंडिलीच असते दिधले बळी मी ।'

चौथ्या भागात कवीने हिमालयात तप करणाऱ्या निग्रही पार्वतीचा आणि स्वत:ला आनंदाने जाळून घेणाऱ्या रजपूत स्त्रियांचा दिव्य आदर्श स्वत:पुढे ठेवण्याची आपल्या भावजयीला विनंती केली आहे.

'बुद्ध्याचि वाण धरिले करि हे सतीचे' ही कवितेत पुन:पुन्हा आवृत्त झालेली ओळ जणू काही तिचे सारसर्वस्वच आहे. ज्या कविता वाचताना मनातली फुले फुलतात, अशा कविता मराठीत पुष्कळ आहे, पण मनातले निखारे फुलविणारी असली कविता मात्र क्वचितच आढळते.

वैशाखिचा कुमुदनाथ नभात हासे ।।
यच्चंद्रिका धवल सौधतली विलासे ।।
घाली स्वये जल जिला प्रिय बाल लोभे ।।
जाई फुले परिमले सुमनांत शोभे ।।१।।

आले घरी सकल आप्त सुहृद् जिवाचे ।।
आनंदमग्न कुल गोकुल काय साचे ।
आदर्श दीप्ति-शुचिता-धृति-यौवनांचे ।।
पाहूनि जे तरुण मंडळ कीर्ति नाचे ।।२।।

प्रेमे हृदे विकसली नव यौवनाच्या ।।
गंधे सुवासित उदात्त सुसंस्कृतीच्या ।।
दिव्या लता तरुंसि जे गृह बाग झाला ।।
ज्या पौर हर्षित वदे जन 'धर्मशाला' ।।३।।

सैंपाक त्वा निजकरे, कुशले, करावा ।।
प्रेमे तुझ्या अधिकची सुरसाल व्हावा ।।
संवाद सर्व मिळुनी करिता नितांत ।।
जेवावयासि बसलो जइ चांदण्यात ।।४।।

श्रीरामचंद्र-वनवास कथारसाला ।।
की केवि देश इटली रिपुमुक्त झाला ।।
तानाजिचा समरधीर तसा पवाडा ।।
गावा चितोरगड वा शनवारवाडा ।।५।।

झाली कशी प्रियकरा अपुली अनाथा ।।
दुर्दास्यखिन्न शरभिन्न विपन्न माता ।।
शोके विवंचुनि तिच्या जइ मोचनाचे ।।
केले अनंत तरुणां उपदेश साचे ।।६।।
तो काल रम्य, मधुरा प्रिय संगती ती ।
ते चांदणे, नवकथा - रमणीय रात्री ।।
ते ध्येय दिव्य निजमातृविमोचनाचे ।।
तो उग्र निश्चयहि, ते उपदेश साचे ।।७।।

झाल्या तदा प्रियकरांसह आणभाका ।
त्या सर्व देवि, वहिनी, स्मरती तुम्हां का?।।
'बाजी प्रभु ठरु' वंदे युवसंघ सर्व ।।
'आम्ही चितोरयुवती,' युवती सगर्व ।।८।।

की घेतले व्रत न हे अम्हि अंधतेने ।।
लब्धप्रकाश इतिहास-निसर्ग-माने ।।
जे दिव्य दाहक म्हणूनि असावयाचे ।।
बुद्ध्याचि वाण धरिले करि हे सतीचे ।।९।।

- २ -

ज्या होति तै प्रियजनांसह आणभाका ।।
त्यांते स्मरोनि मग सांप्रत हे विलोका ।।
नाही पुरी उलटली जरि आठ वर्षे ।।
तो कार्यसिद्धि इतुकी मन का न हर्षे ।।१०।।

आसेतुपर्वत उचंबळला स्वदेश ।।
वीराकृती धरित टाकुनि दीनवेष ।।
भक्तांचिया रघुपदी झुलताति झुंडी ।।
जाज्वल्य होयहि हुताशन यज्ञकुंडी ।।११।।

तो यज्ञ सिद्ध करण्यास्तव उग्र दीक्षा ।।
जे घेति येइ तइ तत्कृतिची परीक्षा ।।
'विश्वाचिया अखिल मंगल धारणाला ।
बोला असे कवण भक्ष्य हुताशनाला' ।।१२।।

आमंत्रण प्रभु रघूत्तम सोडिता हे ।।
दिव्यार्थ, देव! अमुचे कुल सज्ज आहे ।।
हे साध्वि गर्जुनि असे पहिल्या हवीचा ।।
हा ईश्वरी मिळविला अम्हि मान साचा ।।१३।।

धर्मार्थ देह वदलो ठरले नितांत ।।
ते बोल फोल नच बालिश बायकांत ।।
ना भंगली भिउनिया धृति यातनांना ।।
निष्काम-कर्मरति योगहि खंडिला ना ।।१४।।

ज्या होति तै प्रियजनांसह आणभाका ।।
केल्याच सत्य कृतिने अजि ह्या विलोका ।।
दीप्तानलात निजमातृविमोचनार्थ ।।
हा स्वार्थ जाळुनि अम्ही ठरलो कृतार्थ ।।१५।।

-३-

हे मातृभूमि, तुजला मन वाहियेले ।।
वक्तृत्व-वाग्विभवही तुज अर्पियेले ।।
तूतेचि अर्पिलि नवी कविता रसाला ।।
लेखांप्रती विषय तूचि अनन्य झाला ।।१६।।

त्वत् स्थंडिली ढकलिले प्रिय मित्रसंघा ।।
केले स्वये दहन यौवन-देह-भोगा ।।
त्वत्कार्य नैतिक सुसंमत सर्व देवा ।।
तत्सेवनीच गमली रघुवीर-सेवा ।।१७।।

त्वत्स्थंडिली ढकलिली गृह-वित्त-मत्ता ।।
दावानलात वहिनी नवपुत्र कांता ।।
त्वत्स्थंडिली अतुल-धैर्य वरिष्ठ बंधू ।।
केला हवी परमकारुण पुण्यसिंधू ।।१८।।

त्वत्स्थंडिलावरि बळी प्रिय बाळ झाला ।।
त्वत्स्थंडिली बघ आता मम देह ठेला ।।
हे काय बंधू असतो जरि सात आम्ही ।।
त्वत्स्थंडिलीच असते दिधले बळी मी ।।१९।।

संतान या भरतभूमिस तीस कोटी ।।
जे मातृभक्ति-रत-सज्जन धन्य होती ।।
हे आपुले कुलहि त्यामधि ईश्वरांश ।।
निर्वंश होउनि ठरेल अखंड वंश ।।२०।।

-४-

की ते ठरोहि अथवा न ठरो परंतु ।।
हे मातृभू, अम्हि असो परिपूर्णहेतू ।।
दीप्तानलात निजमातृ-विमोचनार्थ ।।
हा स्वार्थ जाळुनि अम्ही ठरलो कृतार्थ ।।२१।।

ऐसे विवंचुनि, अहो वहिनी, व्रतांते ।।
पाळोनि वर्धन करा कुल-दिव्यतेते ।।
श्रीपार्वती तप करी हिमपर्वती ती ।।
की विस्तवांत हसल्या बहु राजपूती ।।२२।।

ते भारतीय अबलाबल तेज काही ।।
अद्यापि या भरतभूमित लुप्त नाही।।
हे सिद्ध होइल असेचि उदार उग्र ।।
वीरांगने, तव सुवर्तन हो समग्र ।।२३।।

माझा निरोप तुज येथुनि हाचि, देवी ।।
हा वत्स वत्सल तुझ्या पदि शीर्ष ठेवी ।।
सप्रेम अर्पण असो प्रणती तुम्हाते ।
आलिंगन प्रियकरा मम अंगनेते ।।२४।।

की घेतले व्रत न हे अम्हि अंधतेने ।।
लब्धप्रकाश इतिहास-निसर्ग-माने ।।
जे दिव्य दाहक म्हणूनि असावयाचे ।।
बुद्ध्याचि वाण धरिले करि हे सतीचे ।।२५।।

– वि. दा. सावरकर

एक प्रसंग

परिचय

माडखोलकरांनी कविता थोडीच लिहिली आहे. या थोड्या कवितांचे वर्गीकरण केले, तर त्यात राष्ट्रीय कवितांची संख्या अधिक भरेल. 'एक प्रसंग' ही मात्र करुणरम्य सामाजिक कविता आहे.

'अंत्यजाच्या मुलाचा प्रश्न' ही कविता केशवसुतांनी ज्या भावनेने लिहिली, तीच भावना या कवितेतही आहे. एका मनुष्याने दुसऱ्याला अस्पृश्य लेखावे ही गोष्ट तत्त्वज्ञानाच्या, संस्कृतीच्या अथवा भावनेच्या दृष्टीने कुणाला योग्य वाटेल? पण हिंदी समाज मोठा दुर्दैवी आहे. आचारांचा विचारांशी किंवा सामाजिक प्रगतीशी निकटचा संबंध आहे हे त्याला कितीतरी पिढ्या कळलेच नाही!

कवीने कारुण्य वाढविण्याकरिता या कवितेत अस्पृश्य मुलीचे चित्र दुष्काळाच्या पार्श्वभूमीवर रंगविले आहे. धान्याच्या वखारीच्या दाराबाहेर येणाऱ्या-जाणाऱ्या लोकांकडे भिरीभिरी पाहत राहणाऱ्या आणि त्यांच्यापुढे पदर पसरून मूठभर दाण्यांची भीक मागणाऱ्या दलित मुलीचे हे चित्र माडखोलकरांनी मोठ्या सहृदयतेने चित्रित केले आहे यात शंका नाही. 'घरी चिमण्या ज्या खेळती अनेक । पोर तुमची मी त्यांत असे एक ।' किंवा 'देह माझा हा इथे उभा आहे । जीव माझा त्या जिवलगांसि पाहे.' या ओळींतली भावना किती हृदयस्पर्शी आहे!

कवितेचा शेवट मात्र कृत्रिम वाटतो. कविता परिणामकारक करण्याकरिता महाराच्या मुलीने एका ब्राह्मणाचे पाय धरले, तो वेदोनारायण अस्पृश्यस्पर्शाने चिडून गेला आणि त्याने तिला लाथ मारताच त्या पोरीचा प्राण गेला अशी घटना कवीने कल्पिली असली, तरी ती खरी वाटत नाही. मृत्यूचे दुःख सर्वांत मोठे कुणाला? सुखवस्तू माणसाला. घरी उपाशी असलेल्या भावंडांकरिता आपल्याला मूठभर धान्यसुद्धा मिळविता येत नाही म्हणून या कवितेतल्या मुलीला विलक्षण दुःख होते, त्यांना तोंड दाखवावयाचे

तिच्या जिवावर येते आणि म्हणून ती जीव देते असे दाखविले असते, तर कदाचित या घटनेतला कृत्रिमपणा थोडा कमी झाला असता.

(दिंडी-वृत्त)

उभी हिरवी शेतांत पिके होती
आस गरिबांच्या नाचतसे चित्ती
कोप दैवाचा तोच अहा, झाला
पुढे जाळित दुर्भिक्ष काळ आला ।।१।।

लोक अन्ना मोताद सर्व झाले
शेतकरि ते 'अन्नान्न' करित मेले
घास नाही खाण्यास, गुरे मेली
अवकळा त्या खेड्यास दिसे आली ।।२।।

आठ दिवशी बाजार भरे तेथे
धान्य देशाहुनि खरेदीस येते;
जोंधळ्यांचे घातले तिथे ढीग
माणसांची लागली एक रीघ ।।३।।

धनिक सरसावुनि कसे तिथे आले
खरेदीचे ते काम सुरू झाले;
गुरे विकुनी आपुली कसायाला
धान्य घ्याया हा गरिब लोक आला ।।४।।

वखारीचे त्या बघुनि तिथे दार
उभी होती राहिली एक पोर;
सान होती ती पोर अंत्यजाची
बालभावाची मधुर मूर्ति तीची ।।५।।

प्राण होते डोळ्यांत तिचे आले
आसवांनी जाहले गाल ओले;
अशी तेथे ती पोर अंत्यजाची
उभी करुणा भाकीत त्या जनांची ।।६।।

'घरी चिमण्या खेळती ज्या अनेक
पोर तुमची मी त्यांत असे एक
तुम्ही, दादा! आधार अनाथांला
जोंधळ्याची मज मूठ एक घाला ।।७।।

घरी भावंडे चार अम्ही सानी
बये गेली टाकोनि अम्हां रानी,
तुम्ही, दादा! आधार अनाथांचे
चोज पुरवा पोरक्या पाडसांचे! ।।८।।

घरी बाळे आहेत भुकेली, हो
हाच त्यांच्या चित्तास एक लाहो,
'अता अमुची येईल घरी ताई
हसुनि चुंबिल देईल गोड काही' ।।९।।

देह माझा हा इथे उभा आहे
जीव माझा त्या जिवलगांसि पाहे;
तुम्ही, दादा! आधार अनाथांला
जोंधळ्याची मज मूठ एक घाला!' ।।१०।।

अशी बोलत ती उभी करुणवाणी
लोचनांनी गाळीत तिथे पाणी,
एक आला तो धनिक विप्र तेथे,
पाय धरुनी विनविले तिने त्याते ।।११।।

महाराचा स्पर्श तो ब्राह्मणाला
सहन नाही क्षणभरिही त्यास झाला,
लाथ मारुनि चांडाळ पुढे गेला
दाखवुनि तो मृत्युचे दार तीला! ।।१२।।

– ग. त्र्यं. माडखोलकर

माझ्या जन्मभूमीचे नाव

परिचय

मातृभूमीच्या भक्तीचे गीत इतिहास आणि भूगोल यातील नामावळी न वाचताही किती सरस होऊ शकते याचे टिळकांची ही कविता हे एक उदाहरण आहे. 'माते, महात्मे तुझे, तत्त्ववेत्ते, तुझे शूर योद्धे, तुझे सत्कवि' या एका ओळीने कवीने जो परिणाम साधला आहे, तो कित्येक कवितांतली विविध नावांनी भरलेली चार-पाच कडवी वाचूनसुद्धा होणार नाही. 'वारा तुझ्या स्पर्शने शुद्ध झाला' या कडव्यातला प्रसाद अधिक आकर्षक आहे, की भावना अधिक हृदयस्पर्शी आहे हे सांगणे कठीण आहे. टिळक ख्रिश्चन झाले असले तरी संस्कृत आणि मराठी वाङ्मयाचा त्यांचा अभिमान किती जाज्वल्य होता, हे 'तुझ्या महोदार सारस्वताच्या' या श्लोकावरून दिसून येईल. हिंदुभूमीचे स्थान जगात सामान्य नाही, अंती इतर राष्ट्रांना तिलाच गुरू करावे लागेल, हे कवीचे उद्गार त्याच्या मातृभूमीवरील श्रद्धेचे द्योतक आहेत. 'सामर्थ्य नामी तुझ्या, आर्यभूमी, तसे पाहिले मी न कोठे तरी!' हा चरण ध्रुपदाप्रमाणे प्रत्येक श्लोकाच्या शेवटी घालण्यात कवीचे कौशल्य स्पष्ट दिसते.

टिळकांच्या प्रसादगुणामुळेच ही कविता वाचनीय झाली आहे असे नाही. मनुष्याच्या मातृभूमीवरील भक्तीचा आविष्कार त्यांनी सहजसुंदर रीतीने केला आहे हा या कवितेतला सर्वांत मोठा गुण होय.

'तू बाळगीशी मला स्कंधि अंकी
सुखाची खरी हीच सीमा पुरी ।'

हा चरण किती भावमधुर आहे! आपली आई श्रीमंत आहे का गरीब आहे, कुरूप आहे का सुरूप आहे हे जाणून घेऊन का कुणी तिच्यावर प्रेम करतो? छे! आईने मायेने पाठीवरून हात फिरविला की, डोक्यावरले ओझे हलके होते. तिच्या मांडीवर क्षणभर डोके टेकले की, स्वर्गसुखाचा लाभ होतो, म्हणूनच मनुष्य आईकडे

ओढ घेतो. कुटुंबात जे आईचे स्थान, तेच जगातल्या व्यवहारात मातृभूमीचे.

सृष्टी तुला वाहूनी धन्य! माते, अशी रूपसंपन्न तू निस्तुला
तू कामधेनू! खरी कल्पवल्ली! सदा लोभला लोक सारा तुला;
या वैभवाला तुझ्या पाहुनीया मला स्फूर्ति नृत्यार्थ होते जरी
सामर्थ्य नामी तुझ्या, आर्यभूमी, तसे पाहिले मी न कोठे तरी ।।१।।

माते! महात्मे तुझे, तत्त्ववेत्ते, तुझे शूर योद्धे, तुझे सत्कवि,
श्रेणी ययांची सदा माझिया, गे, मना पूजनी आपुल्या वाकवी!
यांची यशे ज्या नव्या सद्गुणांना मला अर्पिती, ध्येय ते, गे, जरी,
सामर्थ्य नामी तुझ्या, आर्यभूमी, तसे पाहिले मी न कोठे तरी! ।।२।।

तुझ्या महोदार सारस्वताच्या महासागरीचा जरी मीन मी
झालो, तरी गे, तृषा मन्मनाची कधीही, कधीही न होणे कमी!
आई, गुरुस्थान अंती जगाचे तुझे! यात शंका न काही जरी
सामर्थ्य नामी तुझ्या, आर्यभूमी, तसे पाहिले मी न कोठे तरी! ।।३।।

वारा तुझ्या स्पर्शने शुद्ध झाला मला लाधला! भाग्य हे केवढे!
माते! स्वये देशि जे अन्नपाणी, सुधा बापुडी कायशी त्यापुढे!
तू बाळगीशी मला स्कंधि अंकी! सुखाची खरी हीच सीमा पुरी!
सामर्थ्य नामी तुझ्या, आर्यभूमी, तसे पाहिले मी न कोठे तरी! ।।४।।

– ना. वा. टिळक

घे कुठार

परिचय

संस्कृत अन्योक्तींमध्ये वृक्षान्योक्ती प्रसिद्धच आहे. परोपकाराचे महत्त्व हा तिचा विषय आहे. या गीतातल्या वृक्षाची भूमिका अन्योक्तीतल्या वृक्षापेक्षा भिन्न नाही, पण रचनाचातुर्यामुळे ही कविता जुन्या वृक्षान्योक्तीपेक्षा कितीतरी पटींनी भावमधुर वाटते.

गीताचा आरंभच किती सुंदर आहे!

'घे कुठार, कर उगार, घाव अता घाली!' मृत्यूचे आनंदाने स्वागत करणाऱ्या एखाद्या स्थितप्रज्ञासारखे वृक्षाचे हे उद्‌गार वाटतात, नाही? मरण हासुद्धा जीवनाचा एक क्रमप्राप्त भाग आहे ही त्याची श्रद्धा पाहिली, की आपले दुबळे मन जीवनाचा नव्या दृष्टीने विचार करू लागते.

जीवन हा एक यज्ञ आहे, हेच या वृक्षाचे ब्रीदवाक्य आहे. आजपर्यंत आपल्या फांद्यांवर पाखरे घरटी बांधून सुखाने राहिली, उन्हाने तापलेल्या गुरांनी आपल्या सावलीत विसावा घेतला, आपल्या फुलांनी वातावरण सुगंधित केले आणि आपल्या फळांनी प्रवाशांचा अंतरात्मा शांत केला, या गोष्टीची स्मृती त्यालाही आनंददायक वाटते. पण आज त्याच्या सत्त्वाची परीक्षा पाहण्याकरिताच की काय, एक मनुष्य हातात कुऱ्हाड घेऊन त्याच्यापुढे उभा राहिला आहे! चांगुणेपाशी बालकाच्या मांसाचा हट्ट धरणाऱ्या शंकरासारखाच हा विचित्र अतिथी आहे, पण त्यालाही तृप्त करायची वृक्षाची तयारी आहे. तो त्याला म्हणतो, 'माझ्या देहाची खुशाल खांडोळी कर. त्या तुकड्यांवर शिजलेलं अन्न खाऊन तू संतुष्ट झालास, की मला माझ्या मृत्यूचं मुळीच दुःख होणार नाही!'

'प्रेमामृत तरुण-तरुणी' या कडव्यातील वृक्षाचा उपयोग खेडेगावाच्या दृष्टीने जितका सत्य, तितकाच काव्याच्या दृष्टीने सुंदर आहे.

(चाल :- कुठवर ही थांबणार)

घे कुठार! कर उगार, घाव अता घाली ।।धृ.।।

धरणीने पोशियले
रविकिरणी वाढविले
आजवरी राहियला मरुत सतत वाली

किती विहंगा खांद्यावरि
वागविले बाळांपरि
आजवरी शांत गुरे छायेमधि झाली

प्रेमामृत तरुणतरुणि
गेल्या ओतून इथुनि
संकेतस्थल होणे आजवरी भाली

कळाचा कठिण हात
वस्तूचा होत पात
आनंदे पाहत मी प्रकृतीच्या चाली

होऊ दे देह छिन्न
शकलांवर शिजवि अन्न
मन निवेल ऐकुनिया तृप्ति तुला आली!

– वा. गो. मायदेव

महाराष्ट्र-गीत

परिचय

कोल्हटकरांच्या कविता फारच थोड्या आहेत. कविता काय किंवा नाटकातली पदे काय, सर्वत्र दृग्गोचर होणारा त्यांचा गुण कल्पकता हा होय. या गीतातल्या पहिल्या दोन कडव्यांत तो उत्कटत्वाने प्रकट झाला आहे. विरोधाचा उपयोग करून कल्पना चमकदार करण्याचे त्यांचे कौशल्य सिद्ध करण्याला 'प्रासाद कशास' हे एक कडवेसुद्धा पुरे होईल.

मात्र कल्पकतेइतका भावनेचा विलास या गीतात आढळत नाही. कवितेची पुढची कडवी अर्थदृष्ट्या ठीक आहेत, पण ती कविमनातून सळसळत बाहेर आली नसून, कवीने ती विचारपूर्वक केली आहेत असा वारंवार भास होतो. 'देह पडो तत्कारणि ही असे स्पृहा ।' ही गीताची शेवटची ओळ परिणामकारक असल्यामुळे हे वैगुण्य जाणवत नाही हा भाग निराळा.

पहिल्या दोन कडव्यांतील शब्दांची योजनाही अभ्यसनीय आहे.

बहु असोत सुंदर संपन्न की महा ।
प्रिय अमुचा एक महाराष्ट्र देश हा ।।धृ.।।

गगनभेदि गिरिविण अणु नच जिथे उणे
आकांक्षांपुढति जिथे गगन ठेंगणे
अटकेवरि जेथिल तुरंगि जल पिणे
तेथ अडे काय जलाशय-न दांविणे?
पौरुषासि अटक गमे जेथ दुःसहा
प्रिय अमुचा एक महाराष्ट्र देश हा ।।१।।

प्रासाद कशास जेथ हृदयमंदिरे
सद्भावांचीच भव्य दिव्य आगरे

रत्नां वा मौक्तिकांहि मूल्य मुळि नुरे
रमणीची कूस जिथे नृमणिखनि ठरे
शुद्ध तिचे शीलहि उजळवि गृहा गृहा
प्रिय अमुचा एक महाराष्ट्र देश हा ।।२।।

नग्न खड्ग करि, उघडे बघुनि मावळे
चतुरंग चमूचेही शौर्य मावळे
दौडत चहुंकडुनि जवे स्वार जेथले
भासत शतगुणित जरी असति एकले
यन्नामा परिसुनि रिपु शमितबल अहा!
प्रिय अमुचा एक महाराष्ट्र देश हा ।।३।।

विक्रमवैराग्य एक जागि नांदती
जरिपटका भगवा झेंडाहि डोलती
धर्म, राजकारण समवेत चालती
शक्तियुक्ति एकवटुनि कार्य साधिती
पसरे यत्कीर्ति अशी विस्मयावहा
प्रिय अमुचा एक महाराष्ट्र देश हा ।।४।।

गीत मराठ्यांचे श्रवणी मुखी असो
स्फूर्ति दीप्ति धृतिहि देत अंतरी ठसो
वचनि लेखनीहि मराठी गिरा दिसो
सतत महाराष्ट्र-धर्म-मर्म मनि वसो
देह पडो तत्कारणि ही असे स्पृहा
प्रिय अमुचा एक महाराष्ट्र देश हा ।।५।।

- श्री. कृ. कोल्हटकर

■

सुंदर मी होणार

परिचय

मरण जवळ आले, म्हणून आनंदित झालेला मनुष्य कुणी पाहिला आहे का? असा मनुष्य कोठे दिसला तर आपण त्याची वेड्यातच गणना करू.

आश्चर्याची गोष्ट ही, की या कवितेतल्या कवि गोविंदांच्या आनंदाचा उगम मृत्यूच्या दर्शनातच आहे. मरणाला 'करुणाघन परमेश्वर' असे संबोधण्यापर्यंत त्यांची मजल गेली आहे.

बाह्यत: हे विचित्र दिसले, तरी लहानपणी पंगू झाल्यामुळे साध्या सुखोपभोगांपासून देशसेवेसारख्या उच्च उपभोगापर्यंतच्या आपल्या साऱ्या इच्छा ज्याला मारून टाकाव्या लागल्या असतील, त्या जिवाला असे वाटणे स्वाभाविकच होते. पिचत पिचत एखाद्या कोळशाची राख व्हावी, तशी गोविंदांच्या आयुष्याची गत झाली. आत तेजाचा स्फुलिंग होता, पण तो पेट कसा घेणार? शरीरानेच कवीचे वैर साधले. पंगू प्रकृती आणि प्रतिकूल परिस्थिती यांच्या कात्रीत या तेजस्वी शाहिराच्या सर्व आशा-आकांक्षांच्या चिंधड्या झाल्या.

-आणि म्हणूनच कवी मरणाचे उत्सुकतेने स्वागत करीत आहे. चितेवर आपल्या पंगू देहाची राख झाली, की आपण सुटलो असे त्याला वाटते. त्याची पुनर्जन्मावर श्रद्धा आहे. त्यामुळे पुढील जन्मी मिळणाऱ्या अव्यंग देहाच्या साहाय्याने प्रीती आणि देशभक्ती यांच्या अतृप्त भावना आपल्याला तृप्त करून घेता येतील, ही कवितेतील मध्यवर्ती कल्पना किती रमणीय रीतीने रंगविली आहे.

'जुनी इंद्रिये, जुना पिसारा, सर्व सर्व झडणार ।
नव्या तनूचे, नव्या शक्तिचे, पंख मला फुटणार ।।
त्या पंखांनी कर्तृत्वाच्या व्योमी मी घुसणार ।
देशहिताच्या पवनसागरी, पोहाया सजणार ।।'

गोविंदांचे शिक्षण फारसे झाले नव्हते हे लक्षात घेतले, म्हणजे 'मृत्यू म्हणजे वसंत माझा' असल्या त्यांच्या कल्पनांचे अधिकच कौतुक वाटते.

मृत्यूपूर्वी पंधरा दिवस केलेली कविता

(चाल :- कोठे काळा काळा राम)

सुंदर मी होणार । आता सुंदर मी होणार ।।
सुंदर मी होणार । हो । मरणाने जगणार ।। आता ।।धृ.।।

वर्षत्रय मम देह मरतसे । तो आता मरणार । हो ।
वर्षत्रय मम प्राण जातसे । तो आता जाणार । हो । सुंदर ।।१।।

प्राशुनि माझ्या रुधिरा हसतो, तो व्याधी रडणार । हो ।
व्याधिक्लेशे रडतो तो मम, जीवात्मा हसणार । हो । सुंदर ।।२।।

हृद्रोगाच्या ज्वाला विझुनी सुख माझे निवणार । हो ।
माझा मृत्यू माझा सारा अश्रुपूर गिळणार । हो । सुंदर ।।३।।

कंटक पंजर तनुपीडेचा, पिचूनिया फुटणार । हो ।
बंदिवान मम आत्मा चातक सुखेनैव सुटणार । हो । सुंदर ।।४।।

जुनी इंद्रिये जुना पिसारा, सर्व सर्व झडणार । हो ।
नव्या तनूचे, नव्या शक्तिचे, पंख मला फुटणार । हो । सुंदर ।।५।।

त्या पंखांनी कर्तृत्वाच्या व्योमी मी घुसणार । हो ।
देशहिताच्या पवनसागरी, पोहाया सजणार । हो । सुंदर ।।६।।

प्रतिभा प्रसन्न नव बुद्धीची, चंचु मला येणार । हो ।
चंचुरूप मुरलीने प्रभुचे, काव्यगान गाणार । हो । सुंदर ।।७।।

मम हृदयांतरि ज्ञानफुलांचा फुलबगिचा फुलणार । हो ।
फुलांत झुलुनी आत्मदेव मम नवानंद लुटणार । हो । सुंदर ।।८।।

नवे ओज मज नवे तेज मज, सर्व नवे मिळणार । हो ।
जीर्ण जुन्यास्तव कोण अवास्तव, सुज्ञ झुरत बसणार।हो। सुंदर।।९।।

गहनो-गहनी भुवनो-भुवनी, शोधित मी फिरणार । हो ।
भूमातेला हुडकुन काढुन तद्दर्शन घेणार । हो । सुंदर ।।१०।।

माझि भरारी विमान उडते भरकन तिज देणार । हो ।
परवशतेचे जाल तोडुनी, उडवुनि तिज नेणार । हो । सुंदर ।।११।।

उडत उडत मग रडत रडत मग, प्रभुपाशी जाणार ।हो ।
स्वतंत्र तिजला करा म्हणूनी तच्चरणी पडणार । हो । सुंदर ।।१२।।

व्यंग देह हा याने कामुक, काम कसे पुरणार । हो ।
पुरेल नच ते पुढती पुरवुन आणणार शतवार । हो । सुंदर ।।१३।।

या जन्मी नच मोद लाभला खेद मात्र अनिवार ।हो ।
प्रीति अतृप्ता तृप्ति अशांता जन्म मला देणार । हो । सुंदर ।।१४।।

मृत्यू म्हणजे वसंत माझा, मजवरती खुलणार । हो ।
सौंदर्याचा ब्रह्मा तो मज, सौंदर्ये घडणार । हो । सुंदर ।।१५।।

तळमळ हरुनी कळकळ देई मृत्यु असा दातार । हो ।
कळकळ भक्षुनि जळफळ वितरी, रोग असा अनुदार।हो। सुंदर ।।१६।।

प्रेम हासते, हास्य नाचते, मृत्यूचा परिवार ।हो।
शोक क्रंदते, भय स्फुंदते, रोगाचा दरबार ।हो। सुंदर ।।१७।।

जगण्याच्या नव अवताराचा, मरणे हा व्यवहार ।हो।
जगते जगणे प्रभुप्रमाणे, मरणे क्षण जगणार ।हो। सुंदर ।।१८।।

मरण्याविरहित जगणे मिळवू असा करू निर्धार ।हो।
शाश्वत जगण्यामधे कोठचा, दु:खाचा संचार । हो । सुंदर ।।१९।।
आनंदी आनंद जाहला, तनुक्रांति होणार ।हो।
मरणाचा परमेश्वर मजवर, करुणाघन वळणार ।हो। सुंदर ।।२०।।

आनंदी आनंद जाहला, मरता मी हसणार ।हो।
हासत मरणे गोविंदाचा प्रेमपंथ ठरणार ।हो। सुंदर ।।२१।।

- कवी गोविंद

कृतज्ञता

परिचय

या कवितेतले करुण शब्दचित्र वाचून सद्गदित होणार नाही असा वाचक विरळाच सापडेल. प्रसंग नित्याचा, शब्द नेहमीचेच, कुठे कल्पकतेचा चकचकाट नाही किंवा अलंकारांचा किणकिणाट नाही. पण भैरवीचे साधे सूर ऐकले तरी मनाला त्यातले कारुण्य जसे हृदयस्पर्शी वाटते, तसे या कवितेतले वर्णन भावना हलवून सोडते.

आधीच मृत्यूचा प्रसंग अत्यंत करुण. त्यात तो मृत्यू बालकाचा! आणि ते मूलही कसे, तर आईपासून शेकडो मैल दूर असलेले! इस्पितळातील सेविका प्रेमळ आहे; डॉक्टर धर्मात्मा आहे, पण त्यांच्या ममतेने आईच्या मायेची उणीव कशी भरून येणार? वासराला चारा दिला, पाणी दिले, त्याच्या गळ्याखाली मायेने खाजविले, म्हणून ते आईसाठी हंबरायचे राहते असे थोडेच आहे?

मृत्यूच्या दारातून शेवटचे मागे वळून पाहताना या कृतज्ञ बाळजिवाच्या तोंडून, उपकार फार झाले असे डॉक्टरांना उद्देशून उद्गार निघावेत हे स्वाभाविकच आहे. पण त्या उद्गारांमागोमाग त्याला आईची आठवण येते. त्यामुळे 'कृतज्ञता' हे कवीने दिलेले नाव सार्थ असले, तरी 'आई' हे नावसुद्धा या कवितेला शोभले असते असे क्षणभर वाटल्यावाचून राहत नाही.

इस्पितळात मृत्यू पावणाऱ्या एका बालकाचे कलापूर्ण शब्दचित्र काढणे हाच या कवितेचा मुख्य हेतू आहे यात शंका नाही. पण सजीव कला ही समाजाच्या जीवनापासून दूर राहू शकत नाही याचे प्रत्यंतरही तिच्यात मिळते.

या कवितेतली अत्यंत हृदयस्पर्शी घटना मृत्यू ही नाही, तर शहरात मृत्युशय्येवर पडलेल्या बालकाची आणि त्याच्या कोकणात असलेल्या आईची शेवटी दृष्टभेटसुद्धा होत नाही ही आहे. आईला

सोडून एवढा लहान मुलगा शहरात का आला, कोकणात असलेली त्याची आई त्याला भेटायला का येऊ शकली नाही, इत्यादी प्रश्नांची उत्तरे आपण शोधू लागलो, तर एकच उत्तर मिळेल- दारिद्र्य- विषम सामाजिक रचनेने निर्माण केलेले भयंकर दारिद्र्य!

(जाति-दिंडी)

पोर खाटेवर मृत्युच्याच दारा
कुणा गरिबाचा तळमळे बिचारा

दूर आई राहिली कोकणात
सेविकेचा आधार एक हात!

ताप त्याने भरताच तडफडावे
पाखराने एकले फडफडावे

हळू गोंजारी सेविका दयाळू
डाक्तराचे वच शांतवी कृपाळू

कधी त्याने घ्यावे न मुळी अन्न
कुठे डोळे लावून बसे खिन्न

आणि डाक्तर येताच गोंजराया
हाय! लागे तो घळघळा रडाया

एक दिन तो व्याकूळ फार झाला
आणि त्याने पुशिलेच डाक्तराला

'अता, दादा, मरणार काय मी, हो?'
तोच लागे अश्रुची धार वाहो

ह्रदय हलुनी डोळ्यांत उभे पाणी
तरी डाक्तरची वदे करुण वाणी

दोन गोष्टी सांगून धीर देई
पुन्हा गोंजारुन शांतवून जाई

रात्र अंधारी माजली भयाण
सोसवेना जीवास अता ताण

हळुच बोलावी बाळ डाक्तराला
तोहि धर्मात्मा धावुनीच आला

अता बाळाला टोचणार, तोच
वदे वासुनि पाखरू दीन चोच-

'नको आता... उपकार फार झाले!
तुम्ही... मजला किति... गोड... वागवीले

भीत... दादा... मरणास... मुळी... ना... ही!
तुम्ही... आ...ई!' बोलला पुढे नाही

झणी डोळे फिरविले बालकाने
आणि पुशिली लोचने डाक्तराने!

- गिरीश

■

तानाजीच्या पत्नीचा विलाप

परिचय

कालिदासाचा रतिविलाप सुप्रसिद्ध आहे. त्या विलापाचे वैशिष्ट्य कल्पकतापूर्ण भावदर्शन हे आहे. गोविंद कवीच्या या विलापाचा आत्मा वीरश्री हा आहे. या कवितेतून इतके तेज सळसळत आहे, की तिला विलाप म्हणणेसुद्धा चुकीचे ठरेल.

कोंडाणा घेता घेता तानाजी धारातीर्थी पडल्यावर त्याची पत्नी तिथे येते, अशी या कवितेची भूमिका आहे. नायिकेच्या उद्‌गारांतले संस्कृत शब्दांचे प्राचुर्य व आपले मनोगत व्यक्त करण्यापेक्षा मधूनमधून संस्कृत कल्पनांचा आश्रय करण्याची तिची पद्धत यांच्यामुळे कवितेतला ओजस्वीपणा थोडासा कृत्रिम वाटतो, पण हे वैगुण्य वगळले, तर वीरपत्नीचे वैशिष्ट्य दर्शविणाऱ्या या कवितेइतकी रसरशीत गीते मराठीत थोडीच सापडतील.

तानाजीची पत्नी त्याच्याशी बोलू लागते. तिचा पहिला प्रश्न, 'मला सोडून तुम्हाला स्वर्गात करमेल का?' अशा अर्थाचा नाही. 'एक कोंडाणा घेतलात, पण अजून कितीतरी गड घ्यायचे राहिले आहेत. मग तुम्ही स्वर्गात जायची इतकी घाई का केली?' असे ती त्याला विचारते. आपला पती आपल्यावर रागावून निघून गेला असेल अशी प्रेमळ शंका मनात आली, तरी त्या रागाचे कारण आपण त्याच्या बरोबरीने लढायला आलो नाही हेच असावे, असे तिला वाटते.

मुलगा लहान असताना पती मृत्युमुखी पडला तर स्त्रीला अधिकच दु:ख होते. तानाजीची पत्नी या नियमाला अपवाद नाही. पण तिच्या दु:खाचे कारण आपल्या मुलाला सांभाळायला कुणी नाही हे नसून, आपल्या मुलाला देशभक्तीचे धडे द्यायला आपला पती या जगात नाही हे आहे.

या कवितेतील 'अश्रु गाळि स्वातंत्र्याचे स्फुंदुनी निशाण' आणि

‘नको रडू, खड्‌गा, नेइन मीहि तुला संगरा’ या दोन ओळींचे सौंदर्य कधीही कोमेजणार नाही.

नरवीर तानाजी याच्या स्त्रीचा वीरोचित विलाप
(तानाजीच्या भाग्यशाली पत्नीचे तेज
महाराष्ट्रातील स्त्रियांना पुन्हा प्राप्त होईल का?)

(चाल :- जरी कुणा श्रीमंताची)

प्रिया! काय घेता निद्रा मृत्युची भयंकरा ।
उठा, अहो, धीरा, वीरा शूरसिंह-सुंदरा ।।धृ.।।

एक सिंहगड घेताना श्रांत काय झाला ।
अजून कितिक गड घेण्याचे राहिले, दयाळा ।
नाथ, चरण स्वकरे चुरुनी वारु का श्रमाला ।
दया करा! आक्रंदे ही माउली वसुंधरा ।।१।।

अजून नाहि झाली अपुली मायभू स्वतंत्र ।
कुठे शत्रु बुडले सांगा मृत्युसागरात ।
श्रीशिवास केल्यावाचुनि भद्रि शोभिवंत ।
उचित काय स्वर्गारोहण? भूमिभाग्यमंदिरा ।।२।।

नाथ, रुधिरि तरता श्रमला, समरि सुप्त झाला ।
जणू संगरारण्यामधि मथुन रिपुमृगाला ।
रक्तमांस सेवित हा मृगराज झोपि गेला ।
मुखावरी घेउनि अपुल्या लाल रुधिरअंबरा ।।३।।

लढावया भूमातेस्तव समरि मी न आले ।
म्हणुनि काय कोपुनि प्रियकर पहुडले भुकेले?
क्षमा करा, चुकले, बहु मत्प्राण तृषित झाले ।
पुण्यचषक त्वत्प्रेमाचे पिण्या प्रेमनिर्झरा ।।४।।

विजयलक्ष्मि तुम्हा भुलली रक्तजले न्हाली ।
रिपुप्राणपुष्पी नटली, लक्ष्मिवंत झाली ।
विजयारति घेउन स्वामीपदांपुढे ठेली ।
मला म्हणे, 'उठवा तुमच्या प्रियकरा मनोहरा' ।।५।।
सोडुनिया पाठीवरची रक्तमिश्र भाकरी ।
दोन प्रहर भरले कांता करा चला न्याहरी ।
तुम्हांवीण सेना सारी लेश अन्न ना वरी ।
उठा चला, येतिल आता शिवप्रभू, गंभिरा ।।६।।

अहो, अजुन आहे अपुला रायबा लहान ।
देशभक्ति शिकविल त्याला तुम्हावीण कोण ।
लावुनिया तरवारीशी तयाचे लगीन ।
कीर्तिसहित आलिंगा मग देवि मुक्तिसुंदरा ।।७।।

सुरेश्वरा, झाले तुज का प्राप्त पारतंत्र्य ।
म्हणुनि नेशि स्वर्गी माझा शूरवीर कांत?।
परी, प्रभो! होऊ दे मम राष्ट्र हे स्वतंत्र ।
काय वदसि 'आहे तेथे विपुल वीर संगरा' ।।८।।

अश्रु गाळि स्वातंत्र्याचे स्फुंदुनी निशाण ।
नभातूनि नाथावरती फुले वर्षि कोण ।
शोक-हर्ष यांच्या ध्वनिचे पाहुनी तुफान ।
हृदयकमळ भ्रमले, भ्याले, महामोहसागरा ।।९।।

देश-ईश-कार्या करुनी तुम्ही धन्य झाला ।
रणी झुंज स्वातंत्र्यास्तव झुंजता निमाला ।
सुखे, प्रिया, जा, जा, स्वर्गी, स्वार्थ बहू अम्हाला ।
नको रडू, खड्गा, नेइन मीहि तुला संगरा ।।१०।।

– कवि गोविंद

■

आमुची मायबोली

परिचय

जन्मभूमीची विविध स्तोत्रे प्रत्येक देशात असतात. पण जन्मभाषेचे गुणगान करणारी गीते मात्र त्या मानाने विरळा आढळतात.

जननी आणि जन्मभूमी ही स्वर्गापेक्षा श्रेष्ठ असतात असे म्हणणाऱ्या संस्कृत कवीला मातृभाषेचे महत्त्व कळत नव्हते असे नाही; पण देशाप्रमाणे भाषेचाही पारतंत्र्यात कोंडमारा होतो, माणसाप्रमाणे तिचीही गळचेपी होत असते याची त्याला कल्पनाही नव्हती.

इंग्रजीच्या आक्रमणाने ही कल्पना मराठी मनाला आली. मोगऱ्यांसारख्या सात्त्विक वृत्तीच्या व बाळबोध वळणाच्या कवीने अर्ध्या शतकापूर्वी 'त्यांना हेच पुसा की, मरणोन्मुख होय आपुली माय । म्हणुनी औषध काही पुत्री देऊ नये तिला काय?' असा जो तळमळीने प्रश्न विचारला होता, त्याचे कारण तत्कालीन सुशिक्षित वर्गाची मातृभाषेविषयीची उदासीनता हेच होते.

ती उदासीनता आज राहिली नसली, तरी मराठीच्या अभिमानाची जागृत बुद्धीने जोपासना करण्याची जरुरी कमी झाली आहे असे मात्र नाही. अग्नीप्रमाणे अभिमानही चेतवावा लागतो, हे ध्यानात घेऊन माधव ज्युलियनांनी ही कविता रचली आहे आणि त्यांच्या सुंदर भावगीतांइतकीच ती लोकप्रिय झाली आहे.

कुठल्याही अतिशयोक्तीच्या आहारी न जाता कवीने मराठी भाषेविषयीचा आपला अभिमान या कवितेत मोठ्या ओजस्वीपणाने व्यक्त केला आहे. 'मराठी भिकारीण झाली, तरीही कुशीचा तिच्या तीस केवी त्यजी?' या प्रश्नाची मोगऱ्यांच्या वर उद्धृत केलेल्या प्रश्नाशी तुलना केली की, या कवितेतला रसरशीतपणा चटकन ध्यानात येतो. मराठीला 'ज्ञानदेवी' म्हणण्यात कवीने मनोहर मार्मिकता प्रकट केली आहे. स्थल आणि मर्म यात कितीही अंतर असले, तरी एक भाषा बोलणाऱ्या माणसांत बंधुभाव असलाच पाहिजे हे

व्यक्त करण्याकरिता ‘हिच्या एक ताटात आम्ही बसू’ हे कवीने काढलेले उद्गारही भावमधुर आहेत. ‘हिचे पुत्र आम्ही, हिचे पांग फेडू’ हा खडा बोल आणि आज ना उद्या हिला जगातल्या भाषांकडून खंडणी मिळेल, हा आत्मविश्वास वाचकांच्या मनात संक्रमित करण्याचे सामर्थ्य या कवितेत आहे यात संशय नाही.

मराठी असे आमुची मायबोली, जरी आज ही राजभाषा नसे,
नसे आज ऐश्वर्य या माउलीला यशाची पुढे दिव्य आशा असे
जरी पंचखण्डांतही मान्यता घे स्वसत्ताबळे श्रीमती इंग्रजी ।
मराठी भिकारीण झाली, तरीही कुशीचा तिच्या तीस केवी त्यजी? ।।१।।

जरी मान्यता आज हिंदीस देई उदेले नवे राष्ट्र हे हिंदवी
मनाचे मराठे मराठीस ध्याती हिची जाणुनी योग्यता, थोरवी;
असू दूर पेशावरी उत्तरी वा असू दक्षिणी दूर तन्जावरी ।
मराठी असे आमुची मायबोली, अहो, ज्ञानदेवीच देखा खरी ।।२।।

मराठी असे आमुची मायबोली, जरी भिन्नधर्मानुयायी असू
पुरी बाणली बंधुता अंतरंगी, हिच्या एक ताटात आम्ही बसू;
हिचे पुत्र आम्ही हिचे पांग फेडू वसे आमुच्या मात्र हृन्मन्दिरी,
जगन्मान्यता हीस अर्पू प्रतापे हिला बैसवू वैभवाच्या शिरी ।।३।।

हिच्या लक्तरांची असे लाज आम्हा, नका फक्त पाहू हिच्या लक्तरा
प्रभावी हिचे रूपचापल्य देखा पडावी फिकी ज्यापुढे अप्सरा,
न घालू जरी वाङ्मयातील उंची हिरेमोतियांचे तिला दागिने
मराठी असे आमुची मायबोली, वृथा ही बढाई सुकार्याविणे ।।४।।

मराठी असे आमुची मायबोली, अहो, पारतंत्र्यात ही खंगली,
हिची थोर संपत्ति गेली उपेक्षेमुळे खोल कालार्णवाच्या तळी
तरी सिंधु मंथुनि काढूनि रत्ने नियोजू तयांना हिच्या मंडनी
नको रीण! देवोत देतील तेव्हा जगातील भाषा हिला खंडणी ।।५।।

– मा. त्र्यं. पटवर्धन

■

सहगमन

परिचय

मानवी व्यवहारातले बुद्धीचे महत्त्व मान्य करूनही असे म्हणता येईल की, भावनेवाचून जीवनाला पूर्णता येत नाही. खुनाच्या खटल्यातल्या आरोपीचा बचाव करण्याकरिता एखाद्या बुद्धिवान वकिलाने तास नि तास केलेले अस्खलित भाषण ऐकून कोण मंत्रमुग्ध होत नाही? पण या वक्तृत्वपूर्ण भाषणापेक्षाही पोटच्या गोळ्याकरिता उपाशी राहणाऱ्या मातेचे मौन अधिक परिणामकारक होते.

त्याग हा जीवनमंदिराचा कळस आहे. देशासाठी धारातीर्थी पडणाऱ्या वीरपुरुषांच्या चरित्रांइतकेच घरांच्या चार भिंतींत रक्ताचे पाणी करणाऱ्या अबलांच्या आयुष्यातही त्याचे दर्शन होते. मात्र त्यागाची ही दिव्य शक्ती श्रद्धेवाचून लाभत नाही. बाबू गेनूसारख्या मजुराने देशासाठी हसतमुखाने बलिदान केले. पण बाबूपेक्षा अनेक पटींनी बुद्धिवान आणि संपन्न असलेल्या लाखो लोकांना, त्याच्या धैर्याचा हेवा वाटला तरी देशाच्या स्वातंत्र्यसंग्रामात उडी घेण्याचा धीर झाला नाही. बुद्धीचे पांगळेपण अशा कसोटीच्या प्रसंगीच प्रकट होते.

'सहगमन' या कवितेत हेच तत्त्व कवीने चित्रित केले आहे. बुद्धी ही राजाची राणी आणि भावना ही साध्या सैनिकाची रमणी खरी! पण ही साधीभोळी वल्लभा आपल्या मृत पतीच्या चितेवर हसत हसत चढते; जणू काही ती चिता नसून सुंदर रीतीने शृंगारलेली शय्याच आहे! त्या सैनिकाप्रमाणे राजाही रणांगणात पडला आहे, पण राणीला सहगमनाचा धीर होत नाही. ती तडफडते, स्वत:वर चडफडते, आपल्या दुबळेपणाची तिला लाज वाटते. पण काही केल्या तिचे पाऊल राजाच्या चितेकडे पडत नाही. उग्र त्यागाच्या तेजाला भिऊन ती डोळे मिटून घेते. मात्र सैनिकाच्या रमणीचे मरण आपल्या जीवनाहून उज्ज्वल आहे हे तिला पूर्णपणे कळते. ती विनविते :

> 'पोटी घालुनि हे दुबळेपण। मला आपुली तू, राया, म्हण
> स्वर्गी जाउ नको मज विसरून!'

अश्रद्ध दुबळ्या बुद्धिवंतांच्या मनाचा आयुष्यात होणारा कोंडमारा ही या कवितेची मध्यवर्ती कल्पना आहे.

हुरहुरे स्मरुनि मन तव चरणा
थरथरे बघुनि तनु परि मरणा ।।धृ.।।

साधी भोळी सैनिकरमणी
चढे चितेवर हासत नयनी
दूर उभी मी, असुनी राणी
कथु तळमळ आतिल कशी कुणा?

मंचकावरी जणु निद्रित वर
जवळी जाई बाला आतुर
विनवित अबला 'द्वैत दूर कर!'
लाधेल धीर हा कधी मना?

तुझ्यासवे मन माझे, रमणा
देहाचा परि बंध तुटेना
राघू गगनी, पंजरि मैना
मग संगम दुर्लभ, दयाघना!

चिता भडकल्या किति भवताली
धडधडत्या ज्वालांच्या ताली
स्वर्ग गातसे, मी पाताळी
शोधिते अंधतमि मम किरणा!

ज्वाला नच या विजयपताका
पतिव्रताबल दाविति लोका
फडफडुनी जरि मारिति हाका
पद पुढे पडेना भिउनी रणा!

पोटी घालुनि हे दुबळेपण
मला आपुली तू, राया, म्हण
स्वर्गी जाऊ नको मज विसरुन
बघ पदर पसरिला, करि करुणा

–वि. स. खांडेकर

प्रेम आणि मरण

परिचय

गोविंदाग्रज प्रेमाचे शाहीर म्हणून सुप्रसिद्ध आहेत. या शाहिराने आपल्या अलौकिक कल्पकतेने ओसाड आडात एकलेपणाच्या आगीने जळून जाणाऱ्या फुलांपासून विजेच्या स्पर्शाने भस्म होत असताना हसणाऱ्या वृक्षापर्यंतच्या अनेक अद्भुतरम्य प्रेमकहाण्या सुंदर रीतीने वर्णन केल्या आहेत.

कवितेच्या आरंभी होनाजी बाळाच्या दोन ओळी कवीने मुद्दाम उद्धृत केल्या आहेत. दीपज्योतीवर झडप घालून जळून जाणाऱ्या पतंगाची भावनाशून्य लोक खुशाल वेड्यात गणना करोत. होनाजी बाळाला पतंगाच्या या त्यागातच उत्कट प्रीतीचा साक्षात्कार होतो.

गडकऱ्यांनी या दिव्य त्यागाकरिता निराळीच जोडी निर्माण केली. दीपज्योतीची वीज झाली. अर्थात पतंगाचे रूपांतर वृक्षात होणे क्रमप्राप्तच होते. या वृक्षाचे स्पर्शसुख मिळावे, म्हणून त्याच्या भोवतालच्या कितीतरी वेली तळमळत होत्या. पण प्रेमाला आपले आराध्यदैवत दिसले की, ते आंधळे होते. वृक्षाने मेघनादाच्या तालावर नर्तकीप्रमाणे नाचणारी वीज पाहिली होती. तिची मानसपूजा करण्यापलीकडे त्याला दुसरे काही दिसेना, सुचेना, रुचेना.

प्रीतीपेक्षा अधिक मोठे वेड जगात दुसरे कोणतेच नाही. विजेचे वेड लागलेल्या त्या वृक्षाच्या कळ्या पूर्ववत फुलेनात, त्याची पाने वायुलहरींच्या हातात हात गुंफून नाचेनात. साऱ्या वनस्पतिसृष्टीला वाटले, 'या वेड्याने आपल्या आयुष्याचा सत्यानाश करून घेतला! प्रीतीसाठी कुणी शहाणा मनुष्य असा झुरत बसतो का?'

त्याची ही तपश्चर्या पाहून इंद्र घाबरला, ध्रुवाला आपले अढळपद जाईल असे भय वाटू लागले. शेवटी तपोदेवता प्रसन्न होऊन 'स्वर्गातला कल्पवृक्ष हो; ते नको असेल, तर प्रलयकालात बालहरि ज्याच्या पत्रावर शयन करतो, तो वटवृक्ष हो' असा वर त्याला देऊ

लागली. पण माणिकमोत्यांच्या राशी पुढे केल्या म्हणून तहानलेल्या माणसाचे समाधान होईल का? प्रीतीची तृषाही अशीच असते!

'विजेचा स्पर्श होताच तू जळून जाशील-' असा तेहतीस कोटी देवांनी त्याला उपदेश केला. पण प्रीतीला मृत्यू भिववू शकत नाही. त्या प्रेमवेड्या वृक्षाने उत्तर दिले,

'क्षण एक पुरे प्रेमाचा ।
वर्षाव घडो मरणांचा । मग पुढे ।।'

शेवटी त्याची तपस्या सफल झाली. प्रीतीची जळती ज्योत त्याला कडकडून भेटली. तिच्या स्पर्शासरशी वृक्ष उन्मळून, दुभंगून खाली पडला. पण त्याचा हा मृत्यू किती आनंदपूर्ण होता!

'दुभंगून खाली पडला
परि पडता पडता हसला । एकदा ।।
हर्षाच्या येउनि लहरी
फडफडुनी पाने सारी । हासली ।।
त्या कळ्या सर्वही खुलल्या
खुलल्या, त्या कायम खुलल्या ।।'

'कायम'सारख्या कर्णकटू शब्दाकडे आपले प्रथम लक्षही जात नाही, इतके हे वर्णन सरस आहे.

गडकऱ्यांनी या कवितेत वर्णिलेली प्रीती भक्तीहून भिन्न नाही. अद्भुतरम्य मध्यवर्ती कल्पना, तिचा कल्पकतापूर्ण विस्तार, पौराणिक पार्श्वभूमीने उत्पन्न केलेली भव्यता, दोन-दोन सुंदर ओळींत व्यक्त झालेले प्रेमिकांचे कारुण्यपूर्ण उत्कट अनुभव, इत्यादी गुणविशेषांमुळे ही कविता नेहमीच लोकप्रिय राहील.

'जगी सांगतात, प्रीत पतंगाची खरी ।
झड घालून प्राण देतो दीपकाचे वरी' - होनाजी बाळ

कुठल्याशा जागी देख ।
मैदान मोकळे एक । पसरले ।।
वृक्ष थोर एकच त्यात ।
वाढला पुऱ्या जोमात । सारखा ।।

चहुंकडेच त्याच्या भवते ।
गुडघाभर सारे जग ते । तेथले ।।
झुडपेच खुरट इवलाली ।
मातीत पसरल्या वेली । माजती ।।
रोज ती । कैक उपजती । आणखी मरती ।
नाहि त्या गणती । दाद ही अशांची नव्हती । त्याप्रती ।।
त्यासाठी मैदानात ।
किती वेली तळमळतात । सारख्या ।।
परि कर्माचे विंदान ।
काही तरि असते आन । चहुंकडे ।।
कोणत्या मुहूर्तावरती ।
मेघांत वीज लखलखती । नाचली ।।
त्या क्षणी । त्याचिया मनी । तरंगति झणी ।
गोड तरि जहरी । प्रीतीच्या नवथर लहरी । न कळता ।।
तो ठसा मनावर ठसला ।
तो घाव जिव्हारी बसला । प्रीतिचा ।।
वेड पुरे लावी त्याला ।
गगनातिल चंचल बाला । त्यावरी ।।
जाति-धर्म त्याचा सुटला ।
संबंध जगाशी तुटला । त्यापुढे ।।
आशाहि । कोठली काहि । राहिली नाही ।
सारखी जाळी । ध्यास त्यास तीन्ही काळी । एक तो ।।
मुसळधार पाऊस पडला ।
परि कधी टवटवी त्याला । येइना ।।
जरि वारा करि थैमान ।
तरि हले न याचे पान । एकही ।।
कैकदा कळ्याही आल्या ।
नच फुलल्या काही केल्या । परि कधी ।।
तो योग । खरा हटयोग । प्रीतिचा रोग ।
लागला ज्याला । लागते जगावे त्याला । हे असे ।।
ही त्याची स्थिति पाहुनिया ।
ती दीड वितीची दुनिया । बडबडे ।।

कुणि हसे, कुणी करि कीव ।
तडफडे कुणाचा जीव । त्यास्तव ।।
  कुणि दयाहि त्यावरि करिती
स्वर्गस्थ देव मनि हसती । त्याप्रती
निंदिती । कुणी त्याप्रती । नजर चुकविती ।
भीतिही कोणी । जड जगास अवजड गोणी । होइ तो ।।
  इष्काचा जहरी प्याला ।
नशिबाला ज्याच्या आला । हा असा ।।
  टोकाविण चालू मरणे ।
ते त्याचे होते जगणे । सारखे ।।
हृदयाला फसवुनि हसणे ।
जीवाला न कळत जगणे । वरिवरी ।।
पटत ना । जगी जगपणा । त्याचिया मना ।
भाव ज्या टाकी । देवातुनि दगडचि बाकी । राहतो ।।
  यापरी तपश्चर्या ती ।
किति झाली न तिला गणती । राहिली ।।
  इंद्राच्या इंद्रपदाला ।
थरकाप सारखा सुटला । भीतिने ।।
  आश्चर्ये ऋषिगण दाटे ।
ध्रुव बाळा मत्सर वाटे । पाहुनी ।।
तो स्वता । तपोदेवता । काल संपता ।
प्रकटली अंती । 'वरं ब्रूहि' झाली वदती । त्याप्रती ।।
  'तप फळास आले पाही ।
माग जे मनोगत काही । यावरी ।।
  हो चिरंजीव लवलाही
कल्पवृक्ष दुसरा होई । नंदनी ।।
  प्रळयीच्या वटवृक्षाचे ।
तुज मिळेल पद भाग्याचे । तरुवरा ।।'
तो वदे । 'देवि, सर्वदे, । हेच एक दे ।
भेटवी मजला । जीविच्या जिवाची बाला । एकदा ।।'
  सांगती हिताच्या गोष्टी ।
देवाच्या तेतिस कोटी । मग तया ।।

'ही भलती आशा, बा रे ।
सोडि तू वेड सारे । घातकी ।।
स्पर्शासह मरणहि आणी ।
ती तुझ्या जिवाची राणी । त्या क्षणी ।
ही अशी । शुद्ध राक्षसी । काय मागसी ।।
माग तू काही । लाभले कुणाला नाही । जे कधी ।।'
तो हसे जरा उपहासे ।
मग सवेच वदला त्रासे । त्यांप्रती ।।
'निष्प्रेम चिरंजीवन ते ।
जगि दगडालाही मिळते । धिक् तया ।।
क्षण एक पुरे प्रेमाचा ।
वर्षाव घडो मरणांचा । मग पुढे ।।'
निग्रहे । वदुनि शब्द हे । अधिक आग्रहे ।
जीव आवरुनी । ध्यानस्थ बैसला फिरुनी ।।वृक्ष तो ।।
तो निग्रह पाहुनि त्याचा ।
निरुपाय सर्व देवांचा । जाहला ।।
मग त्याला भेटायला ।
गगनातिल चंचल बाला । धाडिली ।।
धावली उताविळ होत ।
प्रीतीची जळती ज्योत । त्याकडे ।।
कडकडे । त्यावरी पडे । स्पर्श जो घडे ।
वृक्ष उन्मळला । दुभंगून खाली पडला । त्या क्षणी ।।
दुभंगून खाली पडला ।
परि पडता पडता हसला ।। एकदा ।।
हर्षाच्या येउनि लहरी ।
फडफडुनी पाने सारी ।। हासली ।।
त्या कळ्या सर्वही खुलल्या ।
खुलल्या, त्या कायम खुलल्या ।। अजुनिही ।।
तो योग । खरा हटयोग । प्रीतिचा रोग ।
लागला ज्याला । लाभते मरणही त्याला ।। हे असे ।।

– गोविंदाग्रज

रुद्रास आवाहन

परिचय

'तुझ्या गळा माझ्या गळा, गुंफू मोत्याच्या माळा' हे अल्लड भावाबहिणींचे लटके भांडण, 'डोळे हे जुलमि, गडे, रोखुनि मज पाहू नका' ही नववधूची मुग्ध शृंगाराचा आविष्कार करणारी विनवणी, 'कुणी कोडे माझे उकलिल का?' हा रसिक प्रेमिकाचा मधुर प्रश्न, 'रुणुझुणु ये, रुणुझुणु ये झणकारित वाळा' हे बालकाचे स्वागत करणारे मधुमधुर बोल इत्यादिकांच्या वाचकाला तांबे हे संसारी कवी आहेत, कौटुंबिक भावनांत रंगून जाणे हाच त्यांच्या प्रतिभेचा विशेष आहे, असे वाटले तर त्यात नवल नाही. पण तांब्यांची प्रतिभा अष्टपैलू आहे. त्यांनी सामाजिक, ऐतिहासिक, राष्ट्रीय अगर देशभक्तिपर कविता अट्टहासाने कधीच लिहिल्या नाहीत. पण हिंदू विधवेच्या मनाचे सूक्ष्म चित्रण करणाऱ्या त्यांच्या कविता संख्येने थोड्या असल्या तरी त्या वाचून गहिवर येतो. 'झाशीवाली' ही त्यांची एकुलती एक ऐतिहासिक कविता आहे. पण तिचा आदि नि अंत किती सुंदर आहे!

'रे हिंदबांधवा, थांब या स्थळी
अश्रु दोन ढाळी,

ती पराक्रमाची ज्योत मावळे इथे झाशिवाली.'

असा या स्मृतिगीताचा प्रारंभ करून शेवटी ते म्हणतात :

'ह्या दगडा फुटतिल जिभा कथाया कथा
सकळ काळी!'

तांबे हे स्वभावत: कौटुंबिक कवी असले, तरी ते तत्त्वज्ञ कवी आहेत. १९२१ च्या ऑगस्टमध्ये मृत्यूची छाया स्वत:वर पडली असताना त्यांनी तीन आठवड्यांत ज्या आठ कविता लिहिल्या आहेत, त्या त्यांच्या प्रतिभेत काव्याचा कोमलपणा आणि तत्त्वज्ञानाचा कठोरपणा यांचा किती सुंदर संगम झाला आहे हे दर्शवितात.

मनुष्य मरणाकडे भीतीने पाहतो. मरण हा त्याला आपल्या आशा-आकांक्षांचा, जीवनाचा, चैतन्यमय स्फुरणाचा शेवट वाटतो. पण मरण हा जीवन-विकासाचा क्रमप्राप्त भाग आहे अशी तांब्यांची श्रद्धा आहे. 'घन तमी शुक्र बघ राज्य करी' या आशावादाने रसरसलेल्या कवितेत ते म्हणतात :

'फूल गळे, फळ गोड जाहले
बीज नुरे, डौलात तरु डुले
तेल जळे, बघ ज्योत पाजळे,
का मरणि अमरता ही न खरी?'

आत्मदान, त्याग, यज्ञ- कुठलेही नाव दिले, तरी मानवी जीवनाचा आत्मा या स्वार्थनिरपेक्ष भावनेत आहे. भयंकर अरण्यात राहणारा मनुष्य आज सुंदर नगरात राहतो. गारगोटीने विस्तव करणारा मनुष्य आज विद्युद्दीपाच्या प्रकाशात वावरतो. रोग झाला की, आकाशाकडे दीनवाण्या मुद्रेने पाहणारा मनुष्य आज शरीराच्या आतला रोग कुशलतेने कापतो. जगाच्या आरंभापासून प्रत्येक पिढीतल्या बुद्धिमंतांनी जीवन हा यज्ञ आहे अशी श्रद्धा ठेवून काम केले नसते, तर आज डोळ्यांना मानवजातीची प्रगती नुसत्या कल्पनेतसुद्धा दिसली नसती.

रसग्राहक दृष्टीने मानवजातीच्या इतिहासाकडे पाहिले, म्हणजे अशा तऱ्हेचे विचार मनात येतात. पण इतिहासावरून वर्तमानाकडे दृष्टी वळवली, तर मानवी प्रगतीला खग्रास ग्रहण लागत आहे की काय अशी शंका मनात आल्यावाचून राहत नाही. एकेका पिढीला जगात दोन-दोन महायुद्धे होत असून, त्यात माणसे मुंग्यांसारखी चिरडली जात आहेत. एकीकडे श्रीमंत कुबेराशी सर्व बाबतींत स्पर्धा करीत आहेत, तर दुसरीकडे या संपत्तीने उत्पादन करणारे खातेऱ्यात खितपत दिवस कंठीत आहेत. आज जगाचे राज्य प्रेम, सत्य अथवा भावना यांच्याकडे नाही. त्याची सारी सूत्रे जुलूम, सत्ता आणि कायदा यांच्या हातांत गेली आहेत. समाजरचना बदलल्याशिवाय आणि जीवनाची नवी मूल्ये प्रस्थापित झाल्याशिवाय ही परिस्थिती बदलणार नाही. क्रांतीच हे कार्य करू शकेल अशी तांब्यांची श्रद्धा आहे. 'रुद्रास आवाहन' या क्रांतीला आवाहन करण्याच्या ओजस्वी गीतात त्यांचे सर्व काव्यगुण प्रकर्षाने प्रकट झालेले दिसतात. या कवितेचा प्रारंभच किती गंभीर व नादपूर्ण आहे पाहा- 'डुम्डुमत डमरु ये, खण्खणत शूल ये, शंख फुंकीत ये, येइ, रुद्रा!' रसपरिपोषक शब्दरचना, विशाल कल्पना, भारतीय संस्कृतीतून निर्माण झालेले रूपक, विषमतेच्या पायावर उभारलेली आजची निर्घृण समाजरचना नाहीशी झाल्याशिवाय जग सुखी होणार नाही अशी उत्कट श्रद्धा आणि 'मुकुट रंकासि दे, करटि भूपाप्रती' अशा परिणामकारक पंक्ती या सर्वांच्या संगमामुळे ही कविता मराठी वाङ्मयात अमर होईल.

(जाति- वीरभद्र, राग- शंकरा)

डुम्डुमत डमरु ये, खण्खणत शूल ये,
शंख फुंकीत ये, येइ, रुद्रा!
प्रलयघनभैरवा, करित कर्कश रवा
    क्रूर विक्राळ घे क्रुद्ध मुद्रा!

कडकडा फोड नभ, उडव उडुमक्षिका,
खडबडवि दिग्गजां, तुडव रविमालिका,
माण्ड वादळ, उधळ गिरि जशी मृत्तिका
    खवळवी चहुंकडे या समुद्रा!

पाड सिंहासने दुष्ट ही पालथी,
ओढ हत्तीवरुनि मत्त नृप खालती,
मुकुट रंकासि दे, करटि भूपाप्रती-
    झाड खट्खट तुझे खड्ग क्षुद्रा!

जल तडागी सडे, बुडबुडे, तडतडे-
'शान्ति ही!' बापुडे बडबडति जन-किडे!
धडधडा फोड तट! रुद्र, ये, चहुंकडे,
    धगधगित अग्निमधि उजळ भद्रा!

पूर्वि नरसिंह तू प्रगटुनी फाडिले
दुष्ट जयिं अन्य गृहिं दरवडे पाडिले,
बनुनि नृप, तापुनी चण्ड, जन नाडिले-
    दे जयांचे तया, वीरभद्रा!

– भा. रा. तांबे

■

द्या आम्हाला सुळी

परिचय

यशवंतांची कविता जितकी विपुल, तितकीच विविध आहे. रविकिरण मंडळाचे एक प्रमुख कवी म्हणून पंचवीस वर्षांपूर्वी ते जनतेपुढे आले. तेव्हापासून काव्यप्रेमी रसिकांना त्यांच्याविषयी जे गाढ आकर्षण वाटत आले, ते अजूनही ओसरले नाही. एक पिढी मागे पडली, भोवतालचे जीवन बदलले, नवे नवे काव्याचे विषय निर्माण झाले आणि वाङ्मयाच्या क्षितिजावर तरुण पिढीतले प्रतिभासंपन्न कवी चमकू लागले, तरी यशवंत अजूनही आपल्या उच्च स्थानी उभे असून, हृदयंगम गीते गात आहेत. कारुण्य व ओज हे पहिल्यापासूनच त्यांच्या प्रतिभेचे आवडते रस आहेत. पण गेल्या पाच-सहा वर्षांत भारतीय जीवनाच्या सर्व क्षेत्रांत क्रांतीचे जे वादळी वारे वाहू लागले आहेत, त्याचा परिणाम इतर वाङ्मयाप्रमाणे यशवंतांच्या कवितेवरही होत आहे. गेल्या पाच वर्षांतल्या करुण व प्रक्षोभक घटनांनी त्यांची प्रतिभा अनेक वेळा प्रफुल्लित केली आहे. 'द्या आम्हाला सुळी' हे कवन त्यांच्या अगदी अलीकडच्या काव्य-संग्रहातले असून, ज्याच्या अंत:करणात देशभक्तीची ज्योत पेटली आहे असा मनुष्य फाशी जातानासुद्धा आपल्या कार्याविषयी किती सश्रद्ध आणि मृत्यूविषयी किती बेफिकीर असतो, याचे त्यांनी त्यात कल्पकतापूर्ण चित्रण केले आहे. ही कविता वाचताना विनायकांच्या

> 'देशभक्ता प्रासाद बंदिशाला
> शृंखलांच्या गुंफिल्या पुष्पमाला
> चिता सिंहासन शूल राजदंड
> मृत्युदैवत दे अमरता उदंड'

या ओळींची कुणालाही आठवण होईल.

सतीचे वाण घेतलेल्या देशभक्तांची फाशी जातावेळची मन:स्थिती.

(जाति- समुदितमदना; भूपाळीसारखी)

द्या आम्हाला सुळी, जाहलो आम्ही तुमचे बळी
जगी चिरंतन नांदतील परि अमुच्या शाण्णव कुळी

खुडून टाका अम्हास- आम्ही दूर्वांकुर भूतळी
पाताळापर्यंत आमुची परंतु रुजली मुळी

काय हटवूनी हटतो सागर?- हटेल एकीकडे
उफाळेल तो दुसरीकडुनी गिळून डोंगरकडे

ज्वालामुखिला बघता लिंपू? काय कल्पना खुळी!
तोच अनावर उद्यास होईल जागृत शाण्णव कुळी

भाऊराया! देवकिची ही वधा सात अर्भके
किती तोकडे उपाय? त्यांनी होणारे का चुके?

बांधुनिया अंधार-कोठड्या, वधस्तंभ रोवुनी
बलोद्धतांनो! धराल का अवतार-कार्य रोधुनी?

शिळेवरी आपटा आमुची, अहो, शिरे कोवळी
सुटून तुमच्या मुठीतुनी परि शक्ति जगी मोकळी

द्या आम्हाला सुळी! जाहलो आम्ही तुमचे बळी,
अमर तत्त्व- अवतार तयाचा वाढतसे गोकुळी

द्या आम्हाला सुळी आणि व्हा कलेवरांचे धनी
फोडुनि पण त्या ज्योतितत्त्व का जाई जगतातुनी?

द्या आम्हाला सुळी आणखी मूठ-मूठ घ्या धुळी
रुण्डमालिका अमुची त्या तर ज्योतीवर काजळी

मरणी अमुच्या अनेक फुलतिल लोकी दीपावली
जेत्यांनो, व्हा पराभूत, हो, देउनि आम्हा सुळी

खुशाल ह्या फासात गुंतवा एकेकाचा गळा
पुरा साजरा करा आमुच्या विजयाचा सोहळा

आजवरी जुळविली यथामति जी जीवित-पुस्तिका
फाशीविण तिज नसे समुचिता भरतवाक्य-गीतिका

द्या आम्हाला सुळी; होऊ द्या कृतार्थ जन्मुनि कुळी
पितर मुक्तिच्या मोदे म्हणतील, धन्य पुत्र हे बळी,

भावि पिढ्यांना मिरवायास्तव अपुल्या वक्ष:स्थळी
तजेल अक्षय चिन्ह द्यावया द्या आम्हाला सुळी.

– यशवंत

फत्तर आणि फुले

परिचय

'झेंडूची फुले', 'साष्टांग नमस्कार' व 'लग्नाची बेडी' यांच्यासारखी
नाटके, 'ब्रह्मचारी' व 'अर्धांगी' या थाटाचे बोलपट आणि हशा-
टाळ्यांचा हुकमी पाऊस पाडणारे वक्तृत्व, या सर्वांमुळे अत्रे म्हणजे
विनोदाचा धबधबा असे समीकरण महाराष्ट्रात रूढ झाले असले तर
त्यात नवल कसले? धबधब्याच्या या प्रचंड आवाजात त्यांच्या
'गीतगंगे'तल्या तरंगांचा मंदमधुर ध्वनी कुठल्या कुठे लोप पावला
आहे! पण अत्र्यांची प्रतिभा लहरी आणि स्वच्छंदी असली, तरी ती
केवळ विनोदी नाही. ते गडकऱ्यांना गुरू मानतात आणि गडकऱ्यांपासून
त्यांना फक्त विनोदाचाच वारसा मिळाला आहे असे कोण म्हणेल?
गडकऱ्यांची काव्यात्म वृत्तीही अत्र्यांपाशी आहे. 'फत्तर आणि फुले'
वाचून केशवसुत आणि गोविंदाग्रज यांच्या काही कवितांची अंधूक
आठवण होते याचे कारण हेच आहे. जगात अंत:सौंदर्य सहजासहजी
दृष्टीला पडत नसले, तरी बाह्य सौंदर्यापेक्षा ते श्रेष्ठ असते हे या
कवितेत कवीने मोठ्या मार्मिकतेने सूचित केले आहे.

होता डोंगरपायथ्यास पडला धोंडा भला थोरला;
वर्षे कैकहि लोटली तरि न तो हाले मुळी आपुला!
आनंदी फुलवेल एक जवळी होती सुखे राहत;
बाळे सांजसकाळ हासत तिची तैशीच कोमेजत!

थट्टेखोर फुले हसुनि वदली धोंड्यास ती एकदा,
'धोंडा केवळ तू! अरे, न जगती काही तुझा फायदा!'
संतापून तयास फत्तर म्हणे, 'का ही वृथा बोलणी?
सारी सुंदरता इथेच तुमची जाईल, रे, वाळुनी!'

धोंड्याच्या परि काळजास भिडले ते शब्द जाऊनिया;
काळाठिक्कर यामुळे हळुहळू तो लागला व्हावया.
पुष्पांच्या कवळ्या मनातहि सले ते फत्तराचे वच;
गेली तोंडकळा सुकून, पडली ती पांढरी फारच!

कोणी त्या स्थळि शिल्पकार मग तो ये हिंडता हिंडता,
त्याच्या स्फूर्तिस फत्तरात दिसली काहीतरी दिव्यता;
त्याची दिव्यकलाकरांगुलि न जो त्या फत्तरा लागली,
श्रीसौंदर्यमनोरमा प्रगटुनी साक्षात् उभी राहिली!

वेडा पीर असाच गुंगत कुणी एकाकि ये त्या स्थळा,
ती मूर्ती बघताच तो तर खुळा नाचावया लागला!
त्याने ती खुडुनी फुले भरभरा पायी तिच्या वाहिली,
तो, त्यांची फुलुनी कळी खदखदा सारी हसू लागली!

लावण्याकृति ती वनात अजुनी आहे उभी हासत,
पुष्पेही बसलीत ती बिलगुनी पायी तिच्या खेळत!

– केशवकुमार

■

क्रांतीचा जयजयकार

परिचय

गेल्या दहा वर्षांत उदयाला आलेल्या कवींत कुसुमाग्रज व बोरकर हे अग्रेसर ठरतील. प्रत्येकात वैशिष्ट्यपूर्ण काव्यगुण विपुलतेने आढळतात. पण प्रतिभेचा प्रकृतिधर्म भिन्न असल्यामुळे त्यांच्या कवितांच्या तोंडवळ्यात मात्र फार थोडे साम्य आहे. बोरकरांच्या आत्मनिष्ठेमुळे त्यांची विविध प्रेमगीते रमणीय झाली आहेत. कुसुमाग्रजांच्या समाजनिष्ठेमुळे त्यांच्या राष्ट्रीय, सामाजिक आणि मानवधर्माचा पुरस्कार करणाऱ्या कवनांना विलक्षण तेज चढले आहे. 'क्रांतीचा जयजयकार' ही कुसुमाग्रजांची एक अशीच अत्यंत लोकप्रिय कविता आहे. केशवसुत आणि सावरकर या दोघांनाही जिच्या निर्मितीबद्दल अभिमान वाटला असता, अशा या कवितेत ओज, कल्पना आणि भावनाविष्कार यांची जणू काही शर्यत लागली आहे असा रसिकमनाला भास झाल्यावाचून राहत नाही.

(अन्नत्याग करून मृत्यूच्या दारात पाऊल टाकताना राजबंद्यांच्या ओठांवर असलेच गाणे स्फुरले नसेल काय?)

(जाति- मिश्र चंद्रकांत)

गर्जा जयजयकार क्रांतिचा, गर्जा जयजयकार
अन् वज्रांचे छातीवरती घ्या झेलून प्रहार-!
खळखळु द्या या अदय शृंखला हातापायांत
पोलादाची काय तमा मरणाच्या दारात?
सर्पांनो, उद्दाम, आवळा कसूनिया पाश
पिचेल मनगट परी उरातिल अभंग आवेश
तडिताघाते कोसळेल का तारांचा संभार
कधीही तारांचा संभार
गर्जा जयजयकार क्रांतिचा, गर्जा जयजयकार!

क्रुद्ध भूक पोटात घालु द्या खुशाल थैमान
कुरतडु द्या आतडी, करू द्या रक्ताचे पान
संहारक काली, तुज देती बळीच आव्हान
बलशाली मरणाहुन आहे अमुचा अभिमान
मृत्युंजय आम्ही! आम्हाला कसले कारागार?
अहो, हे कसले कारागार?
गर्जा जयजयकार क्रांतिचा, गर्जा जयजयकार!

पदोपदी पसरून निखारे आपल्याच हाती
होउनिया बेहोश धावलो ध्येयपथावरती
कधि न थांबलो विश्रांतीस्तव, पाहिले न मागे
बांधु न शकले प्रीतीचे वा कीर्तीचे धागे
एकच तारा समोर आणिक पायतळी अंगार
होता पायतळी अंगार
गर्जा जयजयकार क्रांतिचा, गर्जा जयजयकार!

श्वासांनो, जा वायूसंगे ओलांडुन भिंत
अन् आईला कळवा अमुच्या हृदयातिल खंत

सांगा, वेडी तुझी मुले ही या अंधारात
बद्ध करांनी अखेरचा तुज करती प्रणिपात
तुझ्या मुक्तिचे एकच होते वेड परी अनिवार,
    तयांना वेड परी अनिवार
गर्जा जयजयकार क्रांतिचा, गर्जा जयजयकार!

नाचविता ध्वज तुझा गुंतले शृंखलेत हात
तुझ्या यशाचे पवाड गाता गळ्यात ये तात
चरणांचे तव पूजन केले म्हणुनि गुन्हेगार
देता जीवन-अर्घ्य तुला ठरलो वेडेपीर
देशिल ना पण तुझ्या कुशीचा वेड्यांना आधार,
    आई, वेड्यांना आधार
गर्जा जयजयकार क्रांतिचा, गर्जा जयजयकार !

कशास, आई, भिजविसि डोळे, उजळ तुझे भाल
रात्रीच्या गर्भात उद्याचा असे उष:काल
सरणावरती आज आमुची पेटताच प्रेते
उठतिल त्या ज्वालांतुन भावी क्रांतीचे नेते
लोहदंड तव पायांमधले खळाखळा तुटणार,
    आई, खळाखळा तुटणार
गर्जा जयजयकार क्रांतिचा, गर्जा जयजयकार!

आता कर, ओंकारा, तांडव, गिळावया घास
नाचत गर्जत टाक बळींच्या गळ्यावरी फास
रक्तमांस लुटण्यास गिधाडे येउ देत क्रूर
पहा मोकळे केले आता त्यासाठी ऊर
शरिरांचा कर सुखेनैव या, सुखेनैव संहार
    मरणा, सुखेनैव संहार
गर्जा जयजयकार क्रांतिचा, गर्जा जयजयकार!

– कुसुमाग्रज

नवा शिपाई

परिचय

आधुनिक मराठी कवितेचे कुलगुरू असा केशवसुतांचा यथार्थ लौकिक आहे. आत्माविष्कारातली उत्कट स्वाभाविकता, कल्पकतेमधली नावीन्यपूर्ण विविधता, जीवनविषयक दृष्टिकोनात पदोपदी प्रतीत होणारी प्रगतिप्रियता इत्यादी अनेक गुणांनी त्यांची कविता नटलेली आहे. त्यांचा आवेश बघायचा असेल, तर 'धार धरलिया प्यार जिवावर । रडोत रडतिल रांडापोरे । गतशतकांची पापे घोरे । क्षाळायाला तुमची रुधिरे । पाहिजेत, रे, स्त्रैण न व्हा तर ।।' हे तुतारीतले कडवे वाचावे. त्यांची क्रांतिप्रियता पडताळून पाहायची असेल, तर 'गोफण' ही कविता वाचावी. 'वैर तयांना जे गरिबी शिकविती बालांस' हा त्यातला चरण अविस्मरणीय आहे. कलेची निर्मिती कशी होते या अनुभूतीचे त्यांचे चित्रण किती कल्पनापूर्ण आहे, हे 'झपूर्झा' कवितेतील खालील कडव्यांवरून दिसून येईल :

    ज्ञाताच्या कुंपणावरून
    उड्डाण करून
चिद्घनचपला ही जाते
नाचत तेथे चकचकते
    अंधुक आकृति
    तिस दिसताती
    त्या गाताती
    निगूढ गीती
त्या गीतीचे ध्वनि निघती
झपूर्झा, गडे, झपूर्झा

'नवा शिपाई' ही त्यांची कविता अशीच वैशिष्ट्यपूर्ण आहे. मनुष्यामनुष्यामध्ये जातीच्या, धर्माच्या, वंशाच्या, राष्ट्राच्या आणि असल्याच शेकडो कृत्रिम भेदांच्या

भिंती उभारल्या, या सुधारलेल्या विसाव्या शतकात प्रलयकाळाला सौम्य ठरविणारी महायुद्धे होत आहेत, लढाईला लाजविणारे रक्तपात राजकारणाच्या निमित्ताने घडून येत आहेत, हरतऱ्हेच्या विषमतेचे राक्षसी थैमान समाजात सर्रास सुरू आहे. अशा रीतीने कलंकित झालेले मानवी जीवनाचे मांगल्य यापुढे कायमचे उद्ध्वस्त होते की काय, अशी भीती मोठमोठ्या लोकांना आज वाटत आहे. या भीतीचे निर्मूलन एकच गोष्ट करू शकेल- सर्वसामान्य मनुष्याच्या मनातला सुप्त बंधुभाव जागृत करून, मनुष्य मनुष्याचा मित्र आहे ही श्रद्धा आचरणात आणण्याइतकी त्याच्या बुद्धीची आणि भावनांची क्षितिजे विशाल करून! अखिल मानवतेला कवटाळणाऱ्या या नव्या क्षितिजांकडे जाण्यासाठीच महात्माजींसारखी मोठी माणसे आज धडपडत आहेत. परममंगल अशा मानवधर्माच्या मूल्यांवरच यापुढे जगाचे उज्ज्वल भवितव्य अवलंबून आहे. 'नवा शिपाई' हे या मानवधर्माचे एक सुंदर स्तोत्र आहे, असे नि:शंकपणे म्हणता येईल.

नव्या मनूतिल नव्या दमाचा शूर शिपाई आहे,
कोण मला वठणीला आणू शकतो, ते मी पाहे!
ब्राह्मण नाही, हिंदुहि नाही, न मी एक पंथाचा,
तेच पतित, की जे आखडिती प्रदेश साकल्याचा!
  खादाड असे माझी भूक,
  चतकोराने मला न सूख;
  कूपातील मी नच मंडूक;
मळ्यास माझ्या कुंपण पडणे अगदी न मला साहे!
कोण मला वठणीला आणू शकतो, ते मी पाहे!

जिकडे जावे, तिकडे माझी भावंडे आहेत,
सर्वत्र खुणा माझ्या घरच्या मजला दिसताहेत;
कोठेही जा- पायांखाली तृणावृता भू दिसते,
कोठेही जा- डोईवरते दिसते नीलांबर ते;
  सावलीत गोजिरी मुले,
  उन्हात दिसती गोड फुले,
  बघता मन हर्षून डुले;
ती माझी, मी त्यांचा, एकच ओघ अम्हातुनि वाहे!

नव्या मनूतिल नव्या दमाचा शूर शिपाई आहे!
पूजितसे मी कवणाला? तर मी पूजी अपुल्याला,
आपल्यामधे विश्व पाहुनी पूजी मी विश्वाला
'मी' हा शब्दच मजला नलगे; संपुष्टी हे लोक
आणुनि तो, निजशिरी ओढिती अनर्थ भलते देख!
    लहान-मोठे मज न कळे
    साधु-अधम हे द्वयहि गळे,
    दूर-जवळ हा भाव पळे;
सर्वच मोठे- साधु-जवळ त्या सकली मी भरुनी राहे
कोण मला वठणीला आणू शकतो, ते मी पाहे!

हलवा करिता तिळावर जसे कण चढती पाकाचे
अहंस्फूर्तिच्या केंद्राभवते वेष्टन तेवि जडाचे;
आत समचि निर्गुण तिलक वरि सदृश सगुण तो पाक,
परि अन्यां बोचाया धरितो काटे की प्रत्येक?
    अशी स्थिती ही असे जनी!
    कलह कसा जाइल मिटुनी?
    चिंता वागे हीच मनी.
शांतीचे साम्राज्य स्थापू बघत काळ जो आहे,
प्रेषित त्याचा नव्या दमाचा शूर शिपाई आहे!

– केशवसुत

साद

परिचय

परंपरेच्या दृष्टीने बोरकर तांब्यांच्या घराण्यातले असले, तरी गोमंतकातल्या निवासामुळे बालकवींनीसुद्धा ज्याचे कौतुक केले असते असे सुंदर निसर्गचित्रण ते जितक्या ऐटीने करू शकतात, तितक्याच आर्ततेने अंतर्मुख होऊन ते जीवनविषयक उदात्त गीतेही गातात. त्यांच्या या दुसऱ्या विशेषाचा उगम संतवाङ्मयाविषयी त्यांना वाटणाऱ्या उत्कट प्रेमात आहे. 'अमृत घट' या सरस कौटुंबिक कवितेत घराबाहेर सुख शोधायला निघालेल्या तरुणाला 'वडील वाचिति गाथा पोथी । काळ तिथे तू क्रमिलास किती?' हा जो त्यांनी मार्मिक प्रश्न विचारला आहे, त्याचे मूळ त्यांच्या या प्रवृत्तीतच आहे.

कठोर आत्मपरीक्षण करून एका ध्येयवादी जिवाने देवापाशी मागितलेले मागणे 'साद' या कवितेत ग्रथित झाले आहे. गांधीवादाने मराठी वाङ्मयाला विनोबाजी भाव्यांच्या निबंधासारखे गद्य जसे दिले, तसेच तत्त्वचिंतनाच्या बैठकीवर उभारलेले भावनोत्कट काव्यही दिले आहे, हे या कवितेवरून दिसून येईल.

एकच माझा साद, ऐक, प्रभु, एकच माझा साद
पचू न देई मला कधीही इवलासाहि प्रमाद!
स्वार्थे माझे मिटता लोचन
घाल त्यात अविलंबे अंजन
मोहि गुंतता जरा कुठे मन मागे लाव प्रवाद!

परदुःखावर शिजले जे सुख
विटाळले जरि तेणे हे मुख
या हृदयातुनि त्या दुःखाचे उठवी शत पडसाद!

ठेच अचानक लाव पदांला
खोक पडू दे अभिमानाला
पाज यशाची चढता मजला चढला जरि उन्माद!

कलेतुनी घसरता विलासी
अथवा स्वातंत्र्यातुनि दास्यी
आग लावुनी आत्मसुखाला धुमसत ठेव विषाद!

निष्ठा जरि मम दुबळी झाली
खचवी भू झणि चरणांखाली
विकल करी वरवंचित प्राणा कोंडुनि अंतर्नाद!

विश्वनाट्यविकसनी तुझ्या या
रंगत मजला हवे फुलाया
दयामया! कविपति! निजनियमा न करी मज अपवाद!

पापासरशी देउनि शापा
सन्मार्गी मज लावी, बापा!
जाणतसे मी तुझ्या घरी, प्रभु! शासन हाहि प्रसाद!

- बा. भ. बोरकर

www.ingramcontent.com/pod-product-compliance
Lightning Source LLC
Chambersburg PA
CBHW070607180626
46817CB00005B/2028
* 9 7 8 8 1 7 1 6 1 6 4 8 0 *